This is the second batch to this series. I told you, marami pang darating na hunks na magpapaligaya ng buhay natin. He-he! I-introduce ko na nga lang sila sa inyo!

Prime—ang bagong leader ng grupo.
Carr—the easy-go-lucky billionaire.
Evan—"deny king."
O'Brien—the poker-faced architect-athlete.
Bates—not your ordinary guy.

Go ahead, take your pick. Tutal naman, si Durante (*The Enchanting Five Feet-Two Inches Female Challenge*) ang crush ko. :)

Sheena Rose

Heartstrings
Batch 2

The Amazing Six Feet Male Challenge

Sheena ROSE

PRECIOUS PAGES CORPORATION
Maynila Pilipinas
www.precioushearts romances.com

First Printing 2006
ISBN 971-02-2703-7

Cover Design: Joen Chionglo
Cover Illustration: Yatar
PHR *Logo Design:* Vincent Kua
Computer Graphics: Adel Sales
Compuset: Mirasol S. Parayno

Editor: PHR Editorial Staff

Published by:
PRECIOUS PAGES CORP.
83 Sgt. E. Rivera St., SFDM
1115 Quezon City, Philippines
☎ (632) 367-6237 • (632) 367-6222
E-Mail Address:
phr_editorial@pldtdsl.net

Hong Kong Distributor:
VICTORY JEWELLERY CO.
Shop 370, 3rd Flr., World Wide Plaza
19 Des Voeux Road, Hong Kong

Printed in the Philippines

CHAPTER ONE

"PURISMA, hindi papayag ang mga kaibigan ko," wika ni Prime sa kanyang kapatid. Nasa editorial office sila ng *Quest*, the sports magazine he founded three years ago.

Ang sabi ng kanyang papa, hindi kumikita ang magazine na iyon kaya isinugo nito si Purisma sa opisina nila. Ito na ang bagong managing editor. With their father's permission, nagagawa nitong kontrolin ang magazine. Balak nitong i-overhaul ang *Quest,* isang bagay na lihim na ipinagngingitngit niya.

Sa isang women's magazine dating nakatalaga si Purisma, ang *WIT* na pinakamataas ang circulation sa lahat ng titles na ipina-publish ng publishing firm na pag-aari ng pamilya nila. It featured articles about celebrities, fashion and sex. Kailangan pa bang itanong kung bakit mataas ang circulation ng *WIT*?

"If you can't talk to them about it, I will. Give me

their numbers." Inilahad nito ang kamay bagama't hindi inaalis ang tingin sa LCD ng laptop nito. May suot na clear eyeglasses ito. Mas matanda siya nang isang taon kay Purisma. Twenty-eight ito; he was twenty-nine.

"I'll ask them first if they're willing to talk to you."

"Just give me their numbers and I'll ask them myself," giit nito.

"I really can't. Let's talk tomorrow."

"Primevo!" tawag nito sa kanya nang magtungo siya sa pintuan. "Gusto mo bang maglaho nang tuluyan ang *Quest*?"

Mas gugustuhin ko pang mawala ito sa sirkulasyon kaysa mawalan ito ng dignity, wika ng isip niya.

TULAD ni Prime, sabay-sabay na napalingon din sa pintuan ang kanyang mga kaibigan nang humangos na pumasok doon si Carr. Ang condo unit na iyon ang opisyal na tambayan nilang magkakaibigan. Pag-aari iyon ng kaibigan nilang si Devin ngunit hindi na nito ginagamit.

Carr was flustered. Ini-lock nito ang pinto. "Somebody's following me," anunsiyo nito. Naupo ito sa beanbag sa sahig.

They were gathered in the living room. Nakaugalian

na nila ang magkita-kita roon at least once a week. Ang iba naman sa kanila ay halos araw-araw nagpupunta roon, partikular ang mga single.

Sa kaso niya, hindi siya nagpupunta roon maliban na lang kung magpatawag ng importanteng meeting ang kahit sino sa kanila. It was not that he didn't want to socialize with his friends. He just had no time. Being an adventure racer required tons of training. He trained almost everyday. Dahil doon ay nasermunan siya ng kanyang ama last week. Ang pagtatalo nila ang nagtulak dito para ilipat sa *Quest* si Purisma. Ang ikinagagalit ng kanyang papa ay ang hindi raw niya paglalaan ng sapat na oras para mapalakas ang *Quest*. Nagpupunta siya sa opisina three times a week at hindi siya nagtatagal nang mahigit apat na oras doon.

"Baka kidnapper," pananakot ni Tacker. "Lagot ka, dude. Hatian mo na kasi kami ng kayamanan mo para hindi ka tina-target ng mga kidnappers."

"Palagay ko, hindi kidnapper. Parang sa babae ang nakita kong silhouette sa windshield," wika ni Carr.

Lihim na napamura siya. "That was probably my sister Purisma," he said to his friends. Napalingon sa kanya ang mga ito.

"Why was your sister following me?"

"She wants an interview."

"Sikat ka pala, Carr," wika ni Tacker, isa sa pinakapalabirong tao na kilala niya. Kasal na ito.

"Since kompleto na tayo, umpisahan na natin ang meeting," suhestiyon ni Evan na mula sa angkan ng mga businesspeople.

"Sina Skye, Wade, Devin, Durante at Floyd? Hindi ba darating?" tanong niya.

"Huwag mo nang hanapin ang mga happily married, dude. Maraming pinagkakaabalahan ang mga iyon," wika ni Cillian. "Sina Wyatt at Richter, nagpasabi na hindi makakarating. Out of the country siguro sila."

"Bakit ako, loyal sa grupo natin? Palagi akong present sa meetings," ani Tacker.

"Palagi ka rin kasing sa labas ng kulambo," pang-aalaska ni Josh dito. "Hindi mo na kailangang magpaalam sa misis mo."

"Hindi na ngayon. Minsan na lang ako inaaway ng misis ko. Sumusulong na raw kasi ang utak ko. He-he-he."

Umiling si Carr. "Kawawang Everie."

"Let's start the meeting," wika ng pinakaseryoso sa kanilang lahat na si O' Brien. Tila naiinip na ito.

The meeting, as it turned out, was about electing the next leader of the group. Si Benny na isa sa pioneer members ng grupo ang nakaisip niyon. Panahon na raw para palitan si Rhodes since magtatatlong taon na simula nang magretiro ito sa pagiging triathlete para mag-focus sa pagiging family man at businessman.

"Dahil nabawasan na ang enthusiasm sa sports ng mga kagrupo natin na ikinasal, disqualified sila," wika ni Benny.

"Sama!" reklamo ni Tacker.

"Huwag ka nang mag-object. Kahit wala kang asawa, disqualified ka pa rin dahil isip-bata ka," pambabara ni Benny kay Tacker.

"If there's one person here who's qualified to be our leader, it's Prime," wika ni Carr.

Napabaling siya rito. Hindi niya inaasahan na isu-suggest nito na siya ang maging bagong leader nila. "He's the ultimate sports buff here, a true-blue athlete. As for myself, sports is my pastime but I cannot say it's my number one passion."

"I agree with Carr. My vote's for Prime, too," wika ni Evan.

"But I'm not aspiring to be—"

Pinutol ni Bates ang sinasabi niya. "May iba pa ba kayong iboboto?"

Walang sumagot.

"Come on, guys. I'm not qualified. My attendance is enough proof that—"

"Hindi mo puwedeng i-contest ang pag-nominate sa iyo ng ibang kagrupo natin. Kami lang ang puwedeng gumawa n'on," pambabara ni Clyde sa kanya. He was a seasoned motocross racer. "Sa iyo rin ang boto ko."

He now had three votes. Drat. He didn't want those. "Come on. I'm not one of the pioneer members of this group."

"Because you don't want to be our leader, my vote also goes to you," wika ni Bates. "I want to see you miserable," nakangising wika nito.

"Tama na `yan! Bumoto kayo ng iba," aniya. Kung sa family business nila ay wala siyang panahon, sa grupo pa kaya nila? Kung papalitan niya si Rhodes, magiging obligado siya na magpakita sa condo unit na iyon linggu-linggo.

"I nominate myself but give my vote to Prime," wika ni Hart. Ito ang pumalit sa trono ni Floyd bilang "The Face" ng grupo nila. The long string of Hart's admirers, both male and female, would certify it.

"Sige na nga, si Prime na rin ang iboboto ko kahit gusto ko ring maging leader," wika ni Tacker.

"I also vote for Prime," sabi ni O' Brien.

Pumikit siya. Pinagkakaisahan siya ng mga kagrupo niya. Ganti kaya ng mga ito iyon sa kanya dahil hindi siya madalas sumulpot doon?

"Labing-isa lang tayo rito. Mahigit kalahati na ang bumoboto kay Prime. That makes him our new leader," wika ni Carr.

"All right! Buhay na naman tayo!" pahayag ni Bates na pumapalakpak pa. Pumalakpak din ang iba, sumigaw pa ng "speech!" ang makulit na si Tacker.

Tumindig siya. "I'm quitting."

May bumato sa kanya ng throw pillow. "Hindi puwede!" anito.

"I don't want to be the president, leader or whatsoever of this group!" protesta niya.

"Us, too. No one wants to take Rhodes' place. Kaya nga ikaw ang ibinoto namin," Clyde said, grinning.

Magsasalita pa sana siya ngunit may kumatok.

"May humahabol," wika ni Tacker. Ito ang nagbukas ng pinto. "Sorry, Miss, hindi kami nagpapapasok ng babae rito."

"Who's that?" usisa ng mga kaibigan niya.

"I'm the managing editor of *Quest* magazine. I just want to ask for an appointment with you and your friends," malambing na wika ng tao sa labas.

Oh, no! wika ng utak niya nang makilala ang boses ni Purisma. Napailing siya.

"Your sister is hot, dude," wika ni Clyde.

"MY HEADSTRONG sister wants to feature all of you guys in *Quest,*" paliwanag ni Prime sa mga kaibigan niya nang magtagumpay siya na mapaalis si Purisma pagkatapos niyang sabihin dito na women were not permitted inside that unit. Ang tanging babae na pinayagan ng mga kaibigan niya na tumapak doon ay si Everie, ang napangasawa ni Tacker.

"Kaya ba sinusundan niya si Carr?" tanong ni Benny. "Walang masama sa interview. Regular na nakikita ang kahit sino sa atin sa mga issue ng *Quest* at iba pang sports magazine."

"Ibang klaseng interview ito. Ang gustong mangyari ng kapatid ko... How would I say it? She wants to pick out all the, according to her, most good-looking sports fanatic men and thrill-seekers. Ilalabas ang personal information tungkol sa inyo, even the history of your love life."

"Iyan ang hindi puwede," bawi ni Benny.

"Magagalit sa akin si Everie kapag nalaman niya kung gaano karami ang mga naging girlfriends ko bago ko siya pinakasalan," wika ni Tacker.

"Nagha-hallucinate ang isa riyan," pagpaparinig ni Bates.

"Ilalabas din ang net worth n'yo. So just imagine how many women will chase Carr, Evan, Richter and

Wyatt once that piece of information becomes available to the public. Lalaki ang majority ng reader ng *Quest.* Purisma is targeting the women readers. She wants hem to pick up our magazine in the newsstands, make it their second choice to *WIT,*" patuloy niya sa pagpapaliwanag.

"Not only that. Babaguhin niya ang mga features sa *Quest.* She asked our writers and columnists to write articles about how sports can make sex more satisfying. Imagine that? She will exploit the magazine I founded. *Quest* is a sports magazine and I want that to be the sole reason why people would read it, because of their love for sports."

"Pare, ang tibay pala ng prinsipyo mo," wika ni Clyde na parang manghang-mangha sa mga pinagsasasabi niya. "Hindi kami nagkamali ng pagboto sa `yo."

He rolled his eyes.

CHAPTER TWO

NAPAGKASUNDUAN ni Prime at ng mga kaibigan niya na hindi sila magkakaroon ng meeting nang linggong iyon sa condo unit ni Devin. Sa halip ay nag-schedule sila ng trip patungo sa Palawan upang bisitahin ang bagong biker's track na natuklasan doon. Mas challenging at mas mahaba raw iyon kompara sa Sabak Trail sa Sta. Rosa, Laguna. Kaya kahit malayo, handa silang dayuhin iyon.

Hindi nakasama sina Carr at Tacker sa Palawan. Isang Korean at isang Chinese national ang pumalit sa mga ito.

"'Eto na ang next stop. Thank God, gutom na gutom na ako," wika ni Clyde nang makita nila ang tolda sa di-kalayuan. "Bakit sobrang layo ng pagitan ng mga biker's stop dito? Twenty kilometers? Alam n'yo namang hindi ako professional biker, I'm a motocross racer."

"Siyempre, masyado ring malaki ang Palawan," papilosopong tugon ni Josh.

They parked their bikes under the shade. Nagtungo sila sa biker's stop na isang gotohan. Lahat sila ay um-order ng goto na may tuwalya. Sago at gulaman ang inumin nila.

"Nagpunta sa bahay namin ang kapatid mo. Hinahanap daw ako sabi ng mama ko," wika ni Cillian. Sa ilalim ng isang puno sila kumakain, maliban kina Richter at Wyatt na nanatili sa gotohan. Kausap ng mga ito ang Korean at Chinese nationals.

"Huwag na lang ninyong pansinin si Purisma kapag ginulo kayo. O kaya naman, sabihin n'yong hindi kayo interesado," payo niya sa mga ito.

"Nakakahiya sa mga chikababes kapag nalaman nila kung magkano lang ang laman ng account ko. Mabuti pa sina Wyatt at Richter, kahit sinong chikas, mai-impress nila," wika ni Bates. "Tingnan n'yo. Hanggang dito, business pa rin ang inaatupag ng dalawa."

Batay sa mga naririnig nilang pakikipag-usap nina Wyatt at Richter sa Korean at Chinese nationals, nalaman nilang nagsasara ng transaction deals ang mga ito. Napailing siya. Talagang hindi magawa ng iba sa mga kagrupo niya na ihiwalay sa sports ang career at minsan, pati personal na buhay ng mga ito.

Doon siya naiba sa mga ito. He breathed and lived sports since he was in his teens. He started swimming competitively when he was thirteen. Mula sa swimming, naging interesado siya sa biking. Tinawag siya na "bike geek" ng mga schoolmates niya noong high school siya dahil sa halip na magpasundo siya sa family driver nila o sumakay ng jeepney, mas gusto pa niyang mag-bike mula sa pinasukan niyang Montessori school pauwi sa bahay nila. Hanggang sa UP ay dala-dala niya ang tatak na "bike geek." While the others were flashing their expensive cars, he rode his bike.

Nalulong din siya sa kayaking, wall and mountain climbing, rollerblading at iba pa. It was his ultimate dream to win the Eco-Challenge, Raid Gauloises, ESPN X-Venture Race and Southern Traverse just like his idols John Howard and Ian Adamson.

"NANGANGALAHATI na tayo sa wakas," pahayag ni Bates nang makarating sila sa isang wooden bridge. Ilog ang nasa ilalim ng tulay.

The view was scenic. Kahit sadyang nakakapagod ang magbisikleta ng kilo-kilometro at milya-milya kahit para sa mga professional bikers na tulad ni Prime ay sulit naman iyon dahil sa maganda ang tanawin. Kani-kanina lamang ay may nadaanan silang maliit na waterfall. Napagkatuwaan ng ilan sa kanila ang maligo roon na parang mga bata.

"Parang malabo na makarating tayo sa pinanggalingan natin bago dumilim," wika ni Bates. "'Yong dalawang kasama kasi nina Wyatt at Richter, masyadong nalibang sa paliligo sa waterfall. Gusto ko na ngang tanungin kanina kung walang waterfall sa bansa nila."

"If we won't take a break in the next stop, we'll be there before six PM," pagkakalkula niya.

Paglagpas nila ng tulay ay mayroong crossroad. "Prime! Left or right?" pasigaw na tanong ni Benny sa kanya.

Kinonsulta niya ang hawak na mapa. Ang nakaguhit sa mapa ay maikokompara sa isang puno na maraming sanga ngunit walang mga dahon. Kawing-kawing ang mga sanga. One wrong turn and they could lead deep into the virgin forests of Palawan.

"Kanan!" tugon niya. Umagapay siya sa takbo ng mountain bike ni Bates. Ibinigay niya rito ang mapa. "Ikaw na ang humawak nito."

"Hihiwalay ka na naman sa amin?"

Kabisadung-kabisado na siya nito. Sa tuwing naggu-group biking sila sa Sta. Rosa ay madalas na magsolo siya. Kadalasan kasi ay hindi siya kontento sa aktibidades na ginawa nila. What he would usually do was take a different route that could take him as far as Tagaytay. Doon na siya magpapalipas ng gabi, maaaring sa isang hotel o sa isang "open area." It really depended on his mood. Kapag pumutok na ang araw ay babalik na siya sa Manila. Sa bike pa rin siya nakasakay.

"Magkita-kita na lang tayo sa unit ni Devin next week. Ikaw na ang magsabi sa kanila."

"Sure."

Tinapik niya si Bates bago bumaba ng bike niya at iniharap iyon sa direksiyong pinanggalingan nila kanina. One-way lang ang daan kaya hindi siya basta-basta makakapag-U-turn.

"Ingat, pare," wika ni Bates nang humiwalay na siya sa grupo.

Ingat? Weird. Ngayon lang siya sinabihan ng salitang iyon ni Bates o kahit sino sa mga kagrupo niya. Kilalang-kilala siya ng mga ito. Alam ng mga ito na hindi siya lampa kaya hindi na siya kailangang paalalahanan na mag-ingat.

Ipinagkibit-balikat na lang niya ang sinabi ni Bates. Bumalik siya sa crossroads na dinaanan nila kanina. This time, he turned left. The foliage was denser in that route. Ibig sabihin, iyon ang "road less traveled."

It was not hard to see why. The roads there were rocky, winding and muddy. May mga nakatumbang puno na nakahambalang sa daan. Ngunit hindi siya sumuko. Those obstacles provided more challenge and he liked hard and impossible challenges.

But at one point, he had to stop. May malaking ahas kasi na tumatawid kaya hinintay muna niyang makadaan iyon bago siya nagpatuloy. Hindi siya nag-aalala na mawala siya sapagkat nakakintal pa rin sa isip niya ang mga itim na guhit sa mapa na ibinigay niya kay Bates. He could easily tell where he was right now though it was the first time he had been in that place.

MADILIM na kaya naghanap si Prime ng lugar kung saan siya magpapalipas ng gabi. Walang mga kabahayan doon kaya ang choice lamang niya na tulugan ay lupa o damuhan. Pinili na lamang niya ang matulog sa lupa dahil minsan na siyang natulog sa damuhan at nagising siya na may naglalakad na tuko sa ibabaw ng cycling shorts niya.

Tinanggal niya ang suot na helmet. Binuksan niya ang backpack. Kinain niya ang natitirang baong Power Bar. Pagkatapos ay inilabas niya ang baong jacket at inilatag iyon sa lupa. Sanay na siya sa mga ganoong pagkakataon kaya walang problema sa kanya kung matigas ang tutulugan niya. Itinabi niya sa lugar na maaabot niya ang kanyang backpack bago nahiga. Agad na nakatulog siya.

Medyo masakit ang balat sa likod niya pagkagising niya kinaumagahan. But it was all right. What was important was he felt renewed from the night's sleep and ready for some action again. Itinago niya ang jacket sa backpack, isinuot ang helmet at sumakay sa bike niya. Nagugutom siya kaya naman naghanap siya ng punong namumunga habang nagbibisikleta. Ripe mangoes would do. Kahapon ay marami siyang nadaanan na mga punong-mangga kaya sigurado siyang may makikita uli siyang mga punong-mangga.

Pinabagal niya ang pagpapatakbo nang makita na isang crossroads ang tinutumbok niya. Huminto siya sa gitna niyon, nagtataka. Nasisiguro niya na tatlo at hindi apat na daan ang dapat na nasa lugar na iyon. The path he came from, the path on the right and left were perfectly right. But not the path ahead of him. Sigurado siyang hindi kasama iyon sa nakaguhit sa mapa.

O nagkakamali lang ba siya? Ngunit imposible iyon dahil hindi pa siya kailanman nagkakamali. Isa siyang trail master. Basta may mapa, kayang-kaya niyang kabisaduhin ang pasikut-sikot na daan ng isang lugar sa loob ng sampung minuto kahit hindi siya pamilyar sa lugar na iyon.

Natigil siya sa pag-iisip nang makarinig siya ng boses ng isang batang humihingi ng saklolo. Tila nanggagaling iyon sa dirt-road na nasa harap niya. Pinatakbo niya nang mabilis ang kanyang bike habang inaabot ang backpack sa likuran niya. Kinuha niya mula roon ang kanyang revolver na nakabalot sa bandanna. Palagi niyang dala-dala iyon para sa mga emergency cases.

"Shit!" Napamura siya nang makita niya ang isang batang babae na nililingkis ng isang sawa na mas mataba pa sa braso niya. Ngayon lamang siya nakakita ng ahas na umatake sa tao. Naturally, harmless naman ang mga ahas basta hindi gagalawin ang mga ito ng mga tao. Pero palagi namang may exception to the rule.

Bumaba siya ng bike. He aimed the gun at the snake, and shoot. Tinamaan ang sawa. Lumuwang ang pagkakalingkis nito sa bata bago ito nagtago sa mga damuhan.

Agad na dinaluhan niya ang bata. Kinapa niya ang ilang bahagi ng katawan nito. Maayos ang mga buto nito, hindi nadurog. He came in the nick of time.

"Nene? Ayos ka lang ba?" tanong niya rito.

Nakatitig lamang sa kanya ang bata. Obvious na nasa state of shock ito. Dumako ang tingin niya sa pulang likido na umaagos sa tuyong damuhan. He raised the child's left leg and his fear was confirmed. "Prime, what had you done?"

Pinunit niya ang ibabang bahagi ng T-shirt niya at itinali iyon sa sugat ng bata sa hita. Nadaplisan ito ng bala ng baril. Mabuti na lamang at daplis lamang at hindi tumagos sa katawan nito ang bala.

Nagpalinga-linga siya. Kailangang madala niya ang bata sa pamilya nito. Binuhat niya ang bata at patakbong tinahak ang daan na pinaniniwalaan niyang pinanggalingan nito bago nakaengkuwentro ang malaking ahas.

PARANG naengkanto si Eden nang makita niya ang lalaking parating. Buhat-buhat nito si Anita. Nakita niyang may sugat sa hita ang pitong taong gulang na bata. Natatakpan iyon ng telang puno ng dugo.

Sinalubong niya ang mga ito. "Ano'ng ginawa mo kay Anita?" mataas ang tono na tanong niya sa lalaking hindi nakikilala. Mulat ang mga mata ni Anita ngunit tulala ito. Parang estatwa ito na gawa sa kahoy.

"I-inatake siya ng ahas," tugon ng lalaki. Ibinaba nito ang bata sa lupa.

Tinapunan niya ng matalim na sulyap ang lalaki bago siya lumuhod sa tabi ni Anita. Kinalas niya ang telang nakatali sa hita ng bata. "Hindi ahas ang may kagagawan nito. Kung hindi ako nagkakamali, tama ng bala ng baril ang may kagagawan ng sugat niya."

"Sinubukan ko siyang iligtas pero tinamaan siya. Pero hindi ko iyon sinasadya."

May mga tagaroon ang nagsilapitan sa kanila.

"*Agos Anita! De lieono sabun timak*!" sigaw ng isang babae na nakasuot ng makulay na damit na hinabi mula sa hibla ng pinya.

"*Sabun timak*!" sigaw ng isa pang babae.

Dumami ang mga taong nag-uusyoso. Hanggang sa halos lahat ng tagaroon ay nakapalibot na sa kanila. Tiningnan niya ang lalaking nagdala kay Anita. Nakakunot ang noo nito habang pinagmamasdan ang mga tao sa paligid. Pagkatapos ay tiningnan din siya nito, ganundin ang kanyang kasuotan. Parang na-weirdo-han ito sa suot niya. Balot na balot siya mula ulo hanggang paa. Mga mata lang niya ang makikita mula sa dalawang butas sa belo na nakasukob sa ulo niya.

"I-I don't understand them. Ano'ng sinabi nila?" tanong nito.

"Ipinapatawag nila ang mga magulang ni Anita," sagot niya.

"Anita!" Isang umiiyak na babae at isang lalaki na parehong may edad na ang sumugod palapit kay Anita. Lumapit siya sa ina ni Anita at hinagod ang likod nito. "*Hok siamen ra alko*," wika niya rito.

"Asa." Pinahid ng ina ni Anita ang mga luha nito bago inutusan ang asawa nito na dalhin sa bahay ng mga ito si Anita.

Naglakad na rin siya paalis sa lugar na iyon.

"Miss!" tawag sa kanya ng estrangherong lalaki.

Hindi niya ito nilingon, nagpatuloy lamang siya sa paglalakad habang magkasalikop ang mga kamay sa harap ng tiyan niya. Namalayan niyang nagsilapitan ang mga kalalakihan sa estrangherong nagdala kay Anita sa kanilang tribu.

"Bakit? Saan n'yo ako dadalhin?" narinig niyang wika ng lalaki.

PINAGMASDAN ni Prime ang paglapit ng babae sa kinaroroonan niya. Tulad ng lahat ng mga kababaihan doon, nakasuot ito ng mahabang palda at blusa na walang armholes. Ang kaibahan lamang nito sa ibang mga kababaihan doon ay may nakabalot na tela sa ulo nito tulad ng mga babaeng Arabo. Mga mata lang nito ang nakikita niya. Samantala, ang mga kalalakihan doon ay tapis lamang ang suot, parang si Tarzan.

"Kumusta ka na?" tanong nito nang makalapit sa kanya.

"Ano ba sa palagay mo?" iritadong tugon niya sa babaeng tila kaisa-isang tao sa lugar na iyon na nakakaintindi sa kanya. Kahapon ay sinubukan niyang kausapin ang mga tao roon pero tila walang marunong magsalita ng Filipino o Tagalog sa mga ito.

Naglakad ito paikot sa hawla kung saan siya nakakulong. Hindi niya alam kung bakit siya ikinulong ng mga tagaroon sa malaking hawla na gawa sa kawayan.

Well, he had an idea. Iniisip ng mga ito na siya ang umatake sa batang iniligtas niya kahapon. Ang hindi niya maintindihan ay kung bakit hindi na lang siya isinuko ng mga ito sa mga pulis. Doon ay makakapagpaliwanag siya nang mabuti sa mga police officers. Pero ang ikulong siya na parang ibon?

People there were weird.

"Masama. Masama ang kalagayan mo," wika ng babae. "Lalo pang sasama ang kalagayan mo kapag sinentensiyahan ka na sa ginawa mo kay Anita."

"Pero wala akong ginagawa sa kanya! Tanungin n'yo ang bata kung gusto n'yo," pagtatanggol niya sa sarili.

"Hindi makapagsalita si Anita. Tulala pa rin siya hanggang ngayon." Huminto ito sa paglalakad. "Alam na ni Kasmir ang tungkol sa pagdating mo sa bayan namin."

"Anong lugar ito?"

"Tinatawag ang lugar na ito na 'Bayan ni Kasmir.' Ang katumbas ni Kasmir sa inyong mundo ay 'hari.'"

"Bakit? Ibang mundo ba ang lugar na ito?" sarkastikong tanong niya.

Naglakad na naman ito. "Malalaman mo balang-araw ang kasagutan sa lahat ng mga katanungan sa iyong isip. May nais lamang akong malaman kung kaya ako nagtungo rito."

Bakit parang nag-iba ang paraan ng pagsasalita nito? Hindi naman ito malalim magsalita kahapon.

"Ano ang gusto mong malaman?"

"Gusto mo bang makaligtas sa nakaambang kamatayan?"

"Maliban sa mga nagsu-suicide, walang taong gustong mamatay, Miss. Pero bakit mo nasabi na mamamatay ako?" Iyon ba ang sentensiyang tinutukoy nito?

"Kasalukuyan kang nililitis sa tribu. Hinihintay na lamang ang paglabas ng hatol sa iyo. Ngunit nakakasiguro ako na kamatayan ang hatol na ibibigay sa iyo."

"Inosente ako!" giit niya.

"Maaari kang mapawalang-sala kung nagsasabi ka ng totoo. Ngunit hindi ka pa rin makakaligtas sa kamatayan. Walang tagalabas na nakatapak sa lugar na ito ang nakakaalis nang buhay."

Hindi man niya gustong magpakita ng takot ay napalunok siya. Binanggit nito kanina ang salitang "tribu." Ang pinasok ba niya ay tribu ng mga... cannibals?

"Ngayon, sagutin mo ako. Nais mo bang makaligtas?"

"I-is there a way, Miss?"

"Mayro'n."

"Wait! Nakakaintindi ka rin ng English?"

"Oo. Sapagkat hindi ako karaniwang tao. Malalaman mo ang misteryo sa aking pagkatao balang-araw."

I'm more interested to know how I can escape death.

"Ano ang dapat kong gawin para makaalis ako sa lugar na ito?"

"Gaya ng sinabi ko, hindi ka na makakaalis kailanman dito."

"Even after fifty years? Impossible." Fifty years later, malamang na sibilisado na ang mga bayan sa paligid. Therefore, malalaman ng mga tao ang tungkol sa tribung iyon. Makikita siya ng mga tao at pakakawalan siya.

"Hindi ka aabutin ng fifty years o kahit five days

dito. Pero kung susundin mo ang gusto ko, hahaba pa ang buhay mo."

Disimulado ang tinging ibinigay niya rito. "Ano ba ang gusto mo?"

"Pakasalan mo ako."

"What? No way!" bayolenteng tugon niya. Puno ng naggagandahang mga dilag ang Maynila. Pero kahit kailan ay hindi pumasok sa isip niya ang tungkol sa pag-aasawa. Ang babaeng ito pa ba na galing pa yata sa angkan ng mga cannibals ang pakakasalan niya? Ugh! Hindi pa siya nababaliw! "Sorry, Miss, pero hindi kita type."

"Sigurado ka na ba sa sagot mo?"

"Siguradung-sigurado."

"Mas mamatamisin mo pa ang mamatay?

Napalunok siya. "O... o-oo?"

"Nakikita ko sa mga mata mo na takot kang mamatay. Pag-isipan mo ang alok ko."

CHAPTER THREE

"DITO ka lang. Walang magtatangkang gumalaw sa `yo rito," wika ni Eden sa lalaking napag-alaman niyang "Prime Jesuitas" ang pangalan. Bagay rito ang pangalan nito. Hindi lang siya sigurado sa family name nito.

"Ano ka ba rito? Prinsesa? Reyna?" tanong nito.

"Balang-araw, malalaman mo rin," aniya. Kinuha niya ang backpack nito na ni-rescue niya pagkatapos itong ikulong ng mga tagatribu kahapon. "Heto ang mga gamit mo. Lalabas lang ako. Kakausapin ko si Kasmir."

"Puwede ba akong sumama?"

"Hindi. Maiwan ka rito." Lumabas siya ng bahay niya na gawa sa kawayan ang lahat ng bahagi. Maliit lang iyon, ngunit mas malaki kompara sa bahay ng mga "karaniwang tao" sa tribu. Dumiretso siya sa banal na bahay ni Kasmir. Triple ang laki niyon sa bahay niya.

Nakaupo si Kasmir sa gitna ng bahay nito, Indian style. Ito lamang ang nag-iisang lalaki sa tribu na iyon ang nakasuot ng damit na tulad ng sa mga kababaihan. Ang pagsusuot ng damit na iyon ay isang pagkilala na mataas ang antas ng nagsusuot niyon sa lipunan. Nakatirintas ang mahabang buhok nito. May nakadekorasyon ding mga balahibo ng bibe sa ulo nito bilang simbolo na ito ang pinakamatalinong tao sa tribu.

Matandang-matanda na si Kasmir. Lahat ng nauupo sa pinakamataas na posisyon sa tribung iyon ay awtomatikong nagiging "Kasmir" ang pangalan. Synonymous iyon sa mga salitang "king," "great" at "supreme."

Nagbigay-galang siya sa harap nito. "*Kasmir.*"

Dumilat ito nang marinig siya. "*Koste, Estra.*"

"*Estra li anunyo antro propla.*" "May sasabihin ako tungkol sa propesiya" ang sinabi niya rito.

"*Mo?*"

NAKAUPO si Prime sa silyang gawa sa pinatuyong luwad nang dumating ang babaeng may-ari ng bahay. Mayuming kumilos ito. Hindi nga siguro siya nagkakamali ng hinala na kabilang ito sa royal family ng tribung iyon.

Pero bakit ito lang ang kaisa-isang nakakapagsalita at nakakaintindi ng Tagalog at English? Nakapag-aral kaya ito sa city?

"Ano'ng balita?" tanong niya rito.

Naupo ito sa isa pang silyang gawa sa luwad. "Napaniwala ko si Kasmir."

"Saan?" nagtatakang tanong niya.

"Na bumaba ang Banal na Espiritu ng Araw."

"Huh?" That was his only reaction.

"Pinasinungalingan ko kay Kasmir ang propesiya na kumakalat dito."

Kanina ay "Banal na Espiritu ng Araw." Ngayon naman ay "propesiya?" Pumasok ba siya sa mundo ng fantaserye?

"I'm afraid I don't understand."

Huminga muna ito ng dalawang beses bago siya sinagot. "Ako ang Banal na Espiritu ng Buwan."

"Come again?"

"Ako si Estra, ang Banal na Espiritu ng Buwan. Nakatakda akong makipag-isang-dibdib kay Kasmir bilang pagsunod sa nakasaad sa propesiya."

Naka! Baliw na babaeng cannibal pa yata ito.

"Ngunit hindi ko siya iniibig. Ayokong makipag-isang-dibdib sa kanya. Kaya humabi ako ng kasinungalingan upang mapaniwala si Kasmir na nagkamali ng interpretasyon sa propesiya ang mga matatandang miyembro ng tribu."

"O-okay. Then?"

"Sinabi ko kay Kasmir na hindi maaaring magsanib ang isang tagalupa at espiritu—"

"Espiritu?" putol niya rito.

"Ako ang Espiritu ng Buwan."

"Oo nga pala. 'Tapos?"

"Ang nakasaad sa propesiya, nakatakdang magsanib ang dalawang banal. Iyon ay walang iba kundi ako... at si Kasmir." Umiling ito nang marahan. "Ayoko iyong maganap kaya pinigilan ko."

"Ano'ng sinabi mo kay Kasmir?"

"Na dumating ang Espiritu ng Araw."

"Paano mangyayari iyon? Kapag bumaba ang araw, masusunog ang buong earth—"

"Nagkatawang-tao siya," putol nito sa kanya. "Sinabi kong ikaw iyon."

"Huh? Really? Cool." *Somebody save me from these people?* "Paano iyon? Hindi naman talaga ako ang Espiritu ng Araw. May propesiya, ayon na rin sa iyo. Kapag nagpakasal tayo, masisira ang propesiya."

"Wala akong pakialam."

"I'm sure may consequence kapag hindi natupad ang propesiya."

"Magdarahop ang lugar na ito. Ngunit wala akong pakialam sa kahahantungan ng pagpapakasal natin."

Titig na titig ang mga mata nito sa kanya. Oh, boy! Nagkagusto pa yata sa kanya ang babaeng cannibal at Moon's Spirit. Pero malamang sa hindi, may sayad lang talaga ito sa ulo.

"K-kapag nagpakasal tayo, hindi na nila ako papatayin?"

"Oo."

"I see." Kahit sinabi niya rito kanina na pumapayag siyang pakasal dito, hindi siya bale para gawin iyon. Pumayag lang siya para tulungan siya nitong makalaya sa hawla. Ngayong malaya na siya, mag-iisip siya ng paraan para makaalis sa lugar na iyon. "Igagalang ako ng mga tao rito kapag nalaman nilang ako ang Espiritu ng Araw?" tanong pa niya.

"Kung ang tinutukoy mo ay kung mapapasunod mo sila sa gusto mo, hindi. Tanging si Kasmir lamang ang sinusunod ng mga tao rito. Iginagalang lamang ako ng mga tao rito dahil sa pagkakaalam nila ay ako ang magiging kabiyak ni Kasmir."

Bigla siyang nairita. "Akala ko ba, banal ang Espiritu ng Buwan at Araw dito?" wika niya.

"Oo. Ngunit hindi lamang kaibigan ang turing ng mga tao rito sa buwan at araw. Nagiging kaaway rin nila ang mga ito. Kapag lumalabas ang buwan, lumalabas din ang masasamang elemento tulad ng mga aswang. Kapag matindi ang sikat ng araw, namamatay ang ibang pananim, natutuyo ang ilog at maraming nagkakasakit. Ngayong nasa loob tayo ng tribu, hindi nila hahayaang makaalis tayo rito. Sa ganitong paraan, naniniwala sila na nakokontrol nila tayo."

"Totoo ba ang mga pinagsasasabi mo? These people here couldn't be that... that primitive to believe in such things! Nasaan ba kayo nang dumating ang mga Kastila, Amerikano at Hapones? Nang maimbento ang telepono at radyo? Nang sumikat ang Beatles at si Jacko?"

"Hindi kilala ng mga tagarito ang mga taong binanggit mo sapagkat buong buhay nila ay hindi sila lumalayo sa lugar na ito. Lumalabas man sila rito, patago lang. Sinisilip nila ang mga taong nakatira sa mga bayan. Ngunit kapag may tagalabas na nakasilip sa kanilang tribu, kanila itong pinapatay upang hindi matuklasan ng ibang tao ang kanilang kinaroroonan."

"Pero bakit nakakaintindi ka ng Tagalog at Ingles? Nag-aral ka ba sa labas ng tribung ito?"

"Hindi ako nag-aral. Ngunit dahil katulad mo rin ako—" Huminto ito sa pagsasalita. "K-kalimutan mo na lang ang sinabi ko."

Nang akmang tatalikod ito ay hinawakan niya ito sa balikat upang pigilan ito. May nasabi ito na hindi nito puwedeng sabihin at kailangan niyang malaman kung ano iyon. "Teka, sandali. May sinasabi ka. Paano tayo nagkatulad?"

"Pakiusap, huwag mo akong hawakan." Inilayo nito

ang balikat ngunit lalo niyang pinigil ito upang hindi ito makaalis.

"Hindi totoong ikaw ang Espiritu ng Buwan," aniya.

"Nasa akin ang Espiritu ng Buwan. Ngunit isinilang ako na tao."

"Saan ka ipinanganak?"

"Hindi ko alam."

"Hindi puwedeng hindi mo alam. Saan ka ipinanganak?" giit niya.

"Nakalimutan ko na ang pangalan ng lugar. Bata pa ako nang mapadpad ako rito. Natagpuan ako ng mga tao rito noong panahon na may nagaganap na lunar eclipse. Ayon sa propesiya, magpapakita ang Espiritu ng Buwan kapag nilamon ng buwan ang araw. Iyon ang simbolo na ako ang hinihintay nilang Espiritu ng Buwan. Matagal na akong nasa pangangalaga ng mga tao rito at hinihintay na lamang ang kaganapan ng propesiya—ang pag-iisang-dibdib namin ni Kasmir. Na hindi magaganap dahil sa pagdating mo."

"Bakit mo tatalikuran ang pagpapakasal kay Kasmir?" Curious talaga siya kaya niya itinanong iyon.

"Sapagka't inibig kita nang una kang masilayan ng aking mga mata." Pagkasabi niyon ay yumuko ito, tumayo at lumabas.

DAHIL sa sinabi kanina ni Estra ay lalong sumidhi ang hangarin ni Prime na makaalis sa lugar na iyon ng mga taong weird. May ilang babae na rin ang sumubok noon na pikutin siya. So far, si Estra ang may pinaka-unique na style.

Pumihit siya mula sa pagkakahiga at tiningnan kung natutulog na ito. She seemed to be. Nakabukas ang mga bintana at pumapasok ang liwanag na nagbubuhat sa buwan kaya may bahagyang liwanag.

Hindi nga siguro siya papatayin ng mga tao roon dahil kay Estra. Pero katumbas na rin ng kamatayan ang pagpapakasal dito at pamamalagi sa lugar na iyon. Anuman ang mangyari, aalis siya roon. Magkamatayan na kung magkamatayan.

INOOBSERBAHAN ni Prime ang mga tao sa tribu habang naglalakad-lakad siya. Napansin niya na bagama't walang nagtatangka na kumausap o lumapit sa kanya, nakamasid naman ang lahat sa kanya. Kapansin-pansin din ang mga sandata na palaging dala-dala ng mga tao roon tulad ng sibat na gawa sa tanso, kutsilyo at malaking sumpit.

Lumapit siya sa isang lalaki upang makita kung ano ang gagawin nito. Agad na hinugot nito ang kutsilyo sa tagiliran nito.

"Hinahanap ko si Estra," wika niya.

"*Kado la hantok.*"

Umiling siya. "Hindi ko naiintindihan. Nasaan si Estra?"

Isang babae ang nagturo sa gawing kanluran. "*Estra mansa.*"

"Thank you." Nilagpasan niya ang mga tao upang magpunta sa direksiyong itinuro ng babae. Kahit hindi siya lumilingon, ramdam niyang may sumusunod sa kanya. Hindi lang isa, mahigit pa sa tatlo. He groaned inwardly. Mukhang mahihirapan siya sa planong pagtakas.

This is insane. One moment I'm happy riding my bike. Now I'm stuck here!

Kung nadala sana niya kahit bike o revolver niya, baka lumaki pa ang tsansa niyang makatakas siya roon. Ang kaso, nang lapitan niya ang batang iniligtas niya sa ahas ay inilapag niya sa lupa ang revolver niya. Pero mabuti na nga siguro na hindi niya iyon nadala dahil kahit naman nasa panganib ang buhay niya, hindi niya gugustuhing makapanakit ng tao. Kung tatakas man siya, sisiguruhin niyang walang mapapahamak.

Patuloy pa rin ang pagsunod sa kanya ng mga tao sa likuran niya. Medyo malayo ang distansiya ng mga ito. Kung dadaanin niya sa bilis ng pagtakbo, confident siya na hindi siya aabutan ng mga ito. Pero kapag pinaulanan siya ng sibat at bala ng sumpit, lagot na siya.

Nakarating siya sa taniman. Sarisaring prutas ang nakatanim doon. Lumapit siya sa baging ng pakwan. Lumingon siya para makita kung magre-react ang mga tao sa likuran niya. Baka kasi magalit ang mga ito kapag pinakialaman niya ang pananim ng mga ito. Pero wala namang ginawa ang mga ito, nakamasid lang sa kanya na parang isa siyang ka-curious-curious na nilalang.

Pumitas na siya nang tuluyan ng isang hinog na pakwan. Biniyak niya iyon sa batuhan at sinimulang kainin. Wala naman talaga siyang balak na hanapin si Estra.

"Hindi kayo maniniwala sa akin kapag ikinuwento ko sa inyo ang nangyari sa akin sa lugar na ito, mga dude," naiiling na sambit niya sa sarili. Ibinuga niya sa malayo ang mga buto ng pakwan.

Si Tacker pa siguro, baka maniwala sa akin. Malikot ang imahinasyon n'on, eh.

"Primevo... Primevo... Bakit ka ba napadpad sa lugar na ito? Bakit hindi na lang sa tribu ng mga Amazona? At least, doon, puro babae ang naninirahan. In demand ang mga lalaking kagaya mo. Baka pakasalan ka pa ng reyna nila. Hindi tulad dito, ang gustong magpakasal sa iyo, eh, babaeng cannibal na may sayad yata sa tuktok."

Inubos niya ang pakwan. Tumayo siya para kumuha naman ng mga bunga ng saging. Nagulat siya nang makita na nakatayo pala sa likuran niya si Estra. Naniningkit ang mga mata nito na tanging naka-expose sa mukha nito. Buong katawan, actually.

"Kanina ka pa?" tanong niya rito.

"Tamang-tama lang ang pagdating ko para malaman ko na nagpapantasya ka na mapadpad sa teritoryo ng mga Amazona."

"Ah, iyon? W-wala iyon. Nag-breakfast ka na?"

"Hindi ako nagbe-breakfast." Tinalikuran siya nito at naglakad paalis ng taniman.

May itinatago ang babaeng ito, wika ng isip niya habang sinusundan ng tingin si Estra.

Nang sumulpot ito kanina ay iba na naman ang paraan ng pagsasalita nito. She talked like any woman in the city he knew. In fact, she sounded like his sister Purisma.

"Kapag natuklasan ko kung ano ang itinatago mo, lagot ka sa akin."

CHAPTER FOUR

NANG mabusog sa pagkain ng iba't ibang prutas ay bumalik na si Prime sa kinaroroonan ng mga kabahayan sa tribung iyon. Katulad kanina, pinagtitinginan siya ng mga tao. Ngunit hindi siya nagpa-intimidate sa mga ito. Kung magpapakita siya ng takot, baka kung ano pa ang maisipang gawin ng mga ito sa kanya.

"Saan ang bahay ni Anita?" tanong niya sa isang babaeng may inaalagaang bata.

"*Lieono Anita? Diri gai.*" Itinuro nito ang isang bahay na kawangis ng halos lahat ng bahay na nakatayo roon.

"Thank you, Manang." Tinanguan niya ito bago nagtungo sa bahay na itinuro nito. Nakabukas ang pinto niyon. Nakita niya na nakahiga sa sahig si Anita. Pinapakain ito ng ina nito.

"Tao po!" tawag niya. Alam niyang hindi siya naiintindihan ng mga tao. Ngunit mas maigi nang may gamitin siyang lengguwahe kaysa wala.

Tumayo ang ina ni Anita. Bahagya namang bumangon si Anita at nang makita siya ay waring sumigla. "*Ina custo li sha*!" sigaw nito.

"Magandang umaga ho," wika niya sa ina ni Anita. Nakayapak lamang ito. Lumapit ito sa pintuan at iminuwestra sa pamamagitan ng kamay na pumasok siya.

"*Igi yay ko.*"

"Salamat ho." Pumasok siya sa loob. Naupo siya sa sahig. "Kumusta ka na?" tanong niya kay Anita. The child was smiling from ear to ear.

"*Anita man ina man ama osa azuno li sha*," Kahit hindi niya mawawaan ang mga salitang sinabi ng bata, naintindihan niya ang mensaheng ibig iparating nito. "You're welcome."

Lumuhod sa sahig ang ina ni Anita at yumuko nang paulit-ulit sa harap niya. "*Azuno li sha.*"

"Wala hong anuman, Manang. Ahm... sige, ho. Tutuloy na rin ho ako. Kakausapin ko pa ho si Estra."

Tumayo siya.

"*Wi na!*"

"*Wi na*. Kung ano man ang ibig sabihin n'on," aniya kay Anita, natawa sa sarili.

Wala si Estra sa bahay nito. Ayaw naman niyang maghintay sa pagdating nito kaya minabuti niyang hanapin na lang ito.

"Nakita ho ba ninyo si Estra?" tanong niya sa nakasalubong niyang babae na tila nagmamadali.

"*Estra kancho sig Kasmir. Iga!*" Tumakbo ito. Ang pagkakaintindi niya sa sinabi nito ay nasa bahay ni Kasmir si Estra. At tila doon din ito papunta kaya sinundan niya ito.

Nakita niyang maraming tao ang tila mga naghihintay sa labas ng isang may-kalakihang bahay. Nagbubulung-bulungan ang mga tao.

Nandito kaya si Estra? tanong ng isip niya. Makailang beses niyang narinig na may bumanggit sa pangalan ni Estra kaya nahinuha niyang nasa loob nga ng bahay na iyon si Estra. Pero ano kaya'ng mayroon sa bahay na iyon?

Lumakas ang bulungan ng mga tao nang mahawi ang banig na nakatabing sa pintuan ng bahay. Tumambad sa kanila ang bulto ni Estra.

"*Andok,*" wika nito. Nagsitahimik ang mga tao.

Pinagmasdan niya si Estra habang nakatayo ito. Ngayon lang niya nabigyan ng pansin ang mga mata nito. Malalaki ang mga iyon kaysa karaniwan. It was also undoubtedly a beautiful pair of eyes. Ang kapiranggot na flesh nito na nakikita sa butas ng takip nito sa mukha, kapuna-puna na maputi iyon. Malayung-malayo sa kulay ng balat ng mga tagaroon.

"Halem atro sanansya. Pelengga, Kasmir antrota yo plai."

Sa sinabi ni Estra ay nagkaingay uli ang mga tao. Mayroon ding mga kababaihan na umiyak sa likuran niya. Ang mga lalaking may edad ay nagsipagluhod at tumingala sa langit.

Natigok yata ang hari nila, hinuha niya sa isip.

"Intok yo, pelengga. Trino, retaso de Kasmir." Bumaba si Estra ng hagdan at naglakad ito. Samantala, ang mga may-edad na miyembro ng tribu ay nagsipasok sa loob ng bahay.

"Estra!" tawag niya rito habang sumisiksik siya sa pagitan ng mga tao. Hinintay naman nito na makalapit siya rito.

"Ano'ng ginagawa mo rito?" tanong nito.

"Hinahanap kita. Ano'ng nangyari sa loob?"

"Doon tayo sa bahay ko mag-usap."

"WEIRD. Kung kailan naman ako napadpad sa lugar na ito, at saka naman namatay ang pinuno n'yo," wika ni Prime pagkatapos sabihin dito ni Estra na patay na si Kasmir.

"Matanda na si Kasmir. Ang totoo, siya ang pinakamatandang tao rito sa tribu. Ipinatawag ako kanina ng isang trin. 'Trino' ang tawag sa mga may-edad na miyembro ng tribu. Pinatingnan nila sa akin ang kalagayan ni Kasmir. Naghihingalo na ito nang dumating ako. Tingin ko, may sakit siya sa puso at inatake siya."

Puro karne kasi ang kinakain ni Kasmir. Palagi lang itong nakaupo sa bahay nito at nakapikit. Ang sabi ng mga trino, nagme-meditate daw ito. Hindi rin daw ito maaaring makita ng mga karaniwang tao kaya palaging nakakulong sa bahay nito. Iyon tuloy ang napala nito, nagkasakit sa puso at natigok.

Pagkatapos, gusto pang pakasalan ko siya? As if kaya pa ng mga tuhod niya!

"Hindi ka natakot nang mamatay siya sa harap mo?" parang nangingiting tanong ni Prime.

"Bakit ako matatakot? Natural lamang ang kamatayan ng isang tao." Ang totoo, takot na takot siya kanina. Muntik pa nga siyang tumakbo palabas ng bahay ni Kasmir nang bigla na lang lumaylay ang kamay nito habang pinupulsuhan niya. Hindi pa naman niya gustong tumitingin sa mga patay. Kapag may pinupuntahan siyang wake, hindi siya sumisilip sa kabaong, kahit pa malapit na kamag-anak nila ang nakahiga sa loob niyon.

"Bakit mo ako hinahanap?" tanong niya.

"May ipapakiusap ako sa iyo. Tulungan mo akong makaalis sa lugar na ito. Please? Ikaw ang nakakaintindi sa mga tao rito. Baka naman puwede mo silang pakiusapan na hayaan na akong makalaya. Tutal, iniligtas ko sa ahas si Anita at kung hindi rin naman dahil doon, hindi ako mapapadpad dito sa tribu. Hindi ko binalak na mag-invade sa lugar na ito."

"Ilang beses ko bang uulit-ulitin sa iyo? Hindi ka makakalabas ng buhay sa lugar na ito."

"Kaya nga tulungan mo ako."

"Ikinalulungkot ko. Naisin ko man, wala akong magagawa para sa iyo. Kahit wala na si Kasmir, imposible pa ring makaalis ka sa lugar na ito dahil may batas na sinusunod ang mga tao rito sa tribu." She tried it herself, but she failed. "Ngayong inaakala nila na ikaw ang Espiritu ng Araw, lalong hindi ka nila papayagang makaalis dito."

"Look. Marami pa akong mga pangarap."

Tiningnan niya ito sa mga mata. Prime was a good-looking man. Noong una pa lang niyang nakita nito ay aware na siya sa fact na iyon. Iyon din ang dahilan kung bakit inalok niya ito ng proposal na alam niyang hindi nito matatanggihan—ang pakasalan siya kapalit ng buhay nito. Kung ayaw nitong mamatay, ayaw naman niyang pakasal kay Kasmir na mukhang ermitanyo.

"Pero walang naghihintay sa iyo sa labas," seryosong wika niya.

"Pardon?"

"Marami kang pangarap, pero walang naghihintay

sa `yo."

"Of course not. Maraming naghihintay sa akin. Ang pamilya ko, ang mga kaibigan ko, aso ko, at ang trabaho ko."

Kaninang kinukumbinsi siya nito na tulungan itong makalaya, tanging mga pangarap lang nito sa buhay ang binanggit nito. Ibig sabihin, iyon lang ang tanging bagay na mahalaga para dito.

"Kung gusto mong tumakas, bahala ka. Huwag mo lang sasabihin na hindi kita pinagsabihan. Mula noon hanggang ngayon, daan-daang mga tao na ang nasawi sa mga kamay ng mga tao rito sa tribu."

"Pinapayagan mo na akong umalis dahil alam mong hindi ako magtatagumpay."

"Iyan ang paulit-ulit kong sinasabi sa iyo. Mabuti naman at naunawaan mo rin sa wakas."

"Alam kong ayaw mo akong tulungan na makatakas dahil gusto mong matuloy ang kasal. FYI, Miss, hindi kita type kaya huwag kang mangarap."

Lihim siyang napaismid. Ang kapal ng mukha nitong sabihin iyon. *Kung nasa sibilisasyon lang tayo, maglalaway ka sa kagandahan ko at magmamakaawa ka na pansinin ko.*

May narinig sila na pagkakaingay sa labas. Tila may mga taong sumusugod sa bahay niya. Dumungaw sila sa bintana. Nakita nila na patungo roon ang mga tagatribu na pinangungunahan ng mga trino.

"Uh-oh. Ano'ng iniisip nila?" tanong ni Prime.

"Natatakot ka ba? Huwag kang mag-alala, hindi nila tayo papatayin," may sarcasm sa boses na wika niya. Ang laki kasing tao nito pero takot mamatay. Well, hindi naman ito mukhang sa kamatayan mismo natatakot. Parang ang ipinangangamba nito kung sakaling mamatay ito roon ay hindi na matutupad ang mga pangarap nito, kung anuman ang mga iyon. Tila sa mga pangarap nito umiikot ang buhay nito.

Tumayo siya sa pintuan upang salubungin ang mga trino. "*Gastro pelasa yo plab*?" ("Bakit kayo napasugod dito?)

"*Mansa lastik apuno mo krusim. Kalimbo lutring haliw de rio. Yanig holam, Estra.*" ("Ginambala ng mga tao ang isip namin. Lubha silang nag-alala sa pagkamatay ng ating pinuno. Nais naming makausap ka.")

Tumangu-tango siya. Iminuwestra niya ang mga ito na pumasok sa loob ng bahay. Nag-alangan ang mga trino dahil sa presensiya ni Prime.

"*Krim hok. Nado astor itinde de franko.*" ("Huwag kayong mangamba. Hindi siya nakakaintindi ng ating lengguwahe.")

Naupo silang lahat sa sahig. Isang trino ang nagsabi sa kanya na pinangangambahan ng mga tao na matupad ang babala na tinuran ng isang manghuhula. Ayon sa manghuhula, kapag namatay sa umaga ang pinuno ng tribu, magkakaroon ng taghirap sa pagkain dahil babagyuhin nang paulit-ulit ang bayan nila. Kapag naman daw gabi namatay ang pinuno, kasaganaan naman ang kahulugan niyon.

"*Grande krusim yo joma,*" wika niya. ("Lubha ngang nakakatakot ang babalang iyan.")

"*Manako hala kumantro para anda joma, Estra.*"

"*Mo?*"

Tumingin ang trino na kausap niya kay Prime na kanina pa nakamasid sa kanila. Tila pinipilit nitong unawain ang pinag-uusapan nila.

"*Estra, krancha adibi amulan.*"

"Ha?" manghang wika niya. Ayon sa isang trino, nakaisip ang mga tao ng paraan upang kontrahin ang mga bagyong parating na sasalanta sa tribu. Kailangan daw na maikasal sila ng Espiritu ng Araw sa lalong madaling-panahon. "*Mo kantro lei joma?*" ("Ano'ng kinalaman n'on sa babala?")

Isang trino ang nagsabi na iyon ay para daw mabuhay ang alab sa dibdib ng Espiritu ng Araw. Nang sa gayon daw, matalo nito ang nagbabadyang malalakas na bagyo.

Uh-oh! They're thinking about a wedding and

a honeymoon.

Kung naiintindihan lang ni Prime ang usapan nila ng mga trino, alin na lang sa dalawa, hahalakhak ito o sasakalin ang isa sa mga trino. Hindi naman lingid sa kanya na ayaw nitong magpakasal sa kanya.

Yumuko siya. "*Pai, trino. Gastre pagring de punta anjo hamok.*" ("Sige, trino. Gawin n'yo ang nararapat n'yong gawin.")

Nagsitindig ang mga ito. "*Wi na.*"

"*Wi na.*"

HALATANG hindi mapakali si Prime habang nakadungaw ito sa bintana. Tatlong araw na buhat nang magsadya ang mga trino sa bahay ni Eden. Alam niyang napansin ni Prime na humigpit ang pagbabantay ng mga tagatribu sa kanila. Nang nakalipas na mga araw ay may mga kalalakihan na hindi umaalis sa palibot ng bahay niya.

"What are those people out there doing?" tanong ni Prime.

"Ang mga kababaihan na nagbabalat ng mga gulay o ang mga kalalakihan na naglilitson?"

"Lahat sila. Bakit parang kagabi pa sila nagluluto? May okasyon ba?"

"Naghahanda sila para sa seremonya."

Nilingon siya nito. Halata ang nerbiyos sa kilos nito. "Seremonya?"

"Ng kasal natin."

"Shit," she heard him utter.

Naglakad-lakad ito, hindi mapakali at parang nag-iisip ng paraan kung paano makakatakas sa lugar na iyon sa lalong madaling-panahon.

"Mamayang gabi, kabilugan ng buwan, gaganapin ang seremonya ng kasal natin. Isang trino ang mangunguna sa seremonya. Kung ako sa iyo, tatanggapin ko na lang ang kapalaran ko."

"Hindi ko matatanggap!" asik nito sa kanya habang palakad-lakad pa rin. "Kahit gawin pa akong hari ng mga tao rito, hindi ko pa rin matatanggap. Kahit bigyan pa ninyo ako ng kayamanan, hindi ako magpapakasal sa iyo. Magkaiba tayo. Hindi ako para sa lugar na ito. Isa pa... May asawa ako! May asawa at mga anak ako na naghihintay sa akin sa labas. Kaya please, pakiusapan mo ang mga tao na huwag ituloy ang seremonya."

"Hindi mahalaga sa mga tao rito ang mga naiwan mo sa labas ng tribung ito. Ang kinikilala lamang nila na totoo ay ang mga bagay na narito." Naglakad siya patungo sa batalan upang ihanda ang sarili para sa seremonya.

Ke lalaking tao, ang arte-arte, wika ng utak niya habang hinuhubad ang kanyang kasuotan.

Hindi siya naniniwalang may asawa at mga anak ito. Wala sa hitsura nito na family man ito. Ni girlfriend nga ay parang wala ito. Kung mayroon, dapat ay nakitaan niya ito ng sign na nami-miss nito ang girlfriend nito.

"Dapat nga magpasalamat ka sa akin. Kung hindi ako mautak, tsugi ka na," kausap niya sa sarili. Kinuha niya ang bao na pang-salok ng tubig at inunang basain ang buhok niya. Kinuha niya ang gugo na ginagamit niyang shampoo.

Pagkatapos maligo at tuyuin ang sarili ay may naisip siya. "Bakit nga ba hindi? Baka magbago ang isip niya."

Lumabas siya ng batalan na tanging ang puting kamison lamang ang suot niya. Kitang-kita niyang napanganga si Prime. Hinagod siya nito ng tingin mula paa hanggang ulo bago siya nito nilapitan.

"Wait a minute." Kumiling ang ulo nito habang pinagmamasdan siya. Hinawakan nito ang mukha niya at ipinihit pakaliwa at pakanan.

"Ano ba'ng ginagawa mo?"

"Parang kilala kita. That's it! Model ka ng Speedo!" Binitiwan nito ang mukha niya. "Sinasabi ko na nga ba at may itinatago ka sa akin. Kung model ka, hindi totoong dito ka lumaki. Tell me, kailan ka napadpad dito?"

Sasabihin na ba niya rito ang totoo? "Okay. Aaminin ko na. Mag-iisang buwan pa lang ako rito. Tulad mo, nahuli rin ako ng mga tagatribu at hindi na nila ako hinayaang makalabas."

"Ikaw ba talaga ang Espiritu ng Buwan?"

"Hindi. Sinabi ko lang iyon para hindi nila ako patayin."

"How did you come up with that story?"

"May alam na ako sa tribung ito noon pa. Ang totoo, may nakapagsabi lang sa akin pero hindi ako naniniwala na nag-e-exist ang tribung ito. Hanggang sa mapatunayan ko na totoo nga."

"Bakit marunong ka ng lengguwahe ng mga tao rito?"

"Dahil din sa taong nagsabi sa akin ng tungkol sa tribung ito. Tinuruan niya ako."

CHAPTER FIVE

Nicolette Tower, Ortigas.

WALANG pagsidlan ang inis ni Eden habang nakatingin kay Armina, ang itinuring niyang kaibigan sa loob ng apat na taon at naging ka-share niya sa pagbabayad ng condo unit na tinitirhan nila. They were both models. Iisa ang manager na nakadiskubre at humahawak sa kanila.

"Yo grandio eb, Eden?" *tanong nito habang imino-model ang suot nitong South Sea pearls necklace.*

"Oo, maganda. Saan mo nakuha iyan? Bigay ba ni Vince?" Ibinalik niya ang binabasang magazine sa harap ng mukha para mairapan niya ito nang palihim.

"Nope."

"Huwag mong sabihing pera mo ang ipinambili

mo niyan dahil hindi ako maniniwala."

"Hindi ko binili ang mga perlas na ito. Kasama ito sa mga itinakas ko nang maglayas ako sa amin."

Matagal nang nababanggit ni Armina sa kanya ang tungkol sa buhay nito. Ayon dito, isang Mangyan ito. Hindi niya iyon kinuwestiyon dahil ethnic na ethnic ang mukha nito, pati kulay. Ang kaibahan lang nito sa ibang natives ay ang magandang bone structure nito. Madalas ding magsalita ito ng ibang lengguwahe. Nagpaturo pa nga siya rito para magkaroon sila ng secret code na hindi maiintindihan ng ibang tao kapag nasa labas sila.

Pero ngayon ay nagdududa na siya sa authenticity ng mga ikinuwento nito sa kanya, pati na rin sa genuity ng pagkakaibigan nila.

Nagsimula iyon nang sagutin nito ang ex-boyfriend niyang si Vince. Ang hinala pa nga niya, ito ang rason kung bakit biglang lumamig ang pakikitungo ni Vince sa kanya hanggang sa mabuwisit siya at makipag-break dito.

Naupo ito sa tabi niya. "Ngayon ko lang sasabihin sa iyo, Eden. Hindi ako Mangyan."

"Eh, ano ka?"

"I dunno. We didn't label ourselves. Basta ang tawag sa bayan namin, 'Bayan ni Kasmir.' Kaming

mamamayan, mga 'Anak ni Kasmir.' Hindi ko alam kung paano ipapaliwanag sa iyo, kaya sinabi ko na lang na Mangyan ako."

"Ah, talaga?" hindi interesadong wika niya. Ang buong akala ni Armina ay magkaibigan pa rin sila. Itinatago niya ang totoong nararamdaman niya rito. Wala na siyang feelings kay Vince, pero sa lahat ng naging boyfriends niya ay ito ang pinakasineryoso niya. Nang maging sila ni Vince, nangarap siya na maging Mrs. Vince Salazar. Siguro ay dahil mayaman ang pamilya nito.

"'Yong secret code natin, hindi iyon language ng mga Mangyan. Sa amin iyon," natawang wika nito.

"I see."

"Galit ka ba sa akin?"

"Bakit ako magagalit?"

"Dahil kay Vince. Simula nang ipakilala niya ako sa parents niya, parang palagi kang wala sa mood."

"Please!" Itinirik niya ang mga mata. "I don't have feelings for that guy anymore, Armina."

"Sana nga, hindi ka galit. Ayokong masira ang friendship natin. I consider you my only best friend."

Yeah, yeah, *her mind taunted.*

Kung best friend ang turing nito sa kanya, hindi dapat nito sinagot si Vince. Big no-no sa magkakaibigan ang makipagrelasyon sa ex ng isa. Ang hula pa niya, ilang buwan nang mag-on ang mga ito bago nito ipinagtapat iyon sa kanya. Napansin lang niyang may kakaibang nangyayari dahil iba't ibang alahas ang nakikita niyang isinusuot ni Armina sa tuwing umaalis ito. Mga alahas na hindi niya dating nakikitang ginagamit nito. Ngayon ay alam na niyang bigay ni Vince ang mga iyon.

Therefore, nagkaroon siya ng theory. Sinadya ni Armina na tuksuhin si Vince kahit sila pa nito. Gusto nitong maagaw sa kanya si Vince dahil social climber ito.

"Tell me about the necklace," aniya. "Totoo bang maraming South Sea pearls at mga jewelry sa pinanggalingan mo? Ang yaman n'yo naman pala."

"Simple lang ang buhay sa tribu namin. Maituturing na mga primitibo ang mga tao na nakatira doon. Mga taong naniniwala sa espiritu ng kalikasan, pamahiin, propesiya..."

"Propesiya?"

Sumandal ito sa kanya at nakisilip sa magazine. Ngalingaling itulak niya ito palayo. "May isang propesiya akong naririnig noong bata pa ako.

Darating daw ang takdang-panahon, bababa ang Espiritu ng Buwan para makipag-isang-dibdib sa isa pang banal. Magdudulot ito ng kasaganaan sa tribu. Sa tribu, kasaganaan sa ani ang tanging hinahangad ng mga tao. Ang pinakamalaking pangamba nila ay tagtuyot at taggutom."

"Sa pagkain umiikot ang mundo nila?"

"Dahil iyon lang ang para sa kanila ay kailangan nila para mabuhay."

"Eh, di, hindi totoong nagtatago sila ng mga alahas," panghuhuli niya rito.

"Nag-iipon ng alahas ang mga kababaihan. Lahat ng babae, may hangarin na maging maganda. Wala iyon sa lahi o pinagmulang angkan."

Hindi pa rin siya naniniwala rito.

"Sabi mo naglayas ka sa inyo noong fifteen years old ka?"

"Magkasabay na namatay ang mga lieono ko. Siguro gusto kong libangin ang sarili ko para makalimutan ko ang lungkot kaya umalis ako. Bawal sa amin ang lumabas ng tribu maliban na lang kung may pahintulot ng mga trino. Ang sabi ko sa isang sumita sa akin, nagpaalam ako sa mga trino kaya pinayagan ako. May bitbit akong dalawang dakot ng alahas—my mother's. Itinago ko iyon sa damit

ko. Hindi na uli ako bumalik. Even if I did, hindi na nila ako tatanggapin. Mabuti na lang, may magandang nangyari sa buhay ko rito."

Ipaulit-ulit kaya niya rito ang kuwento nito nang limampung beses, mag-iba-iba kaya ang version nito? Pero kahit detalyado ang kuwento nito, hindi pa rin talaga siya naniniwala.

"Bakit ngayon mo lang ipinapakita ang mga alahas mo? Hindi mo naman isinusuot ang mga iyan dati."

"I-I want to impress Vince's parents. Ayokong isipin nila na walang-wala ako."

Talaga lang, ha?

"Saan banda ang tribu n'yo?"

"Somewhere in Palawan."

Kumuha siya ng papel at lapis sa side drawer na katabi ng couch. "I-sketch mo ang pagpunta roon."

"I-I can't."

Tinitigan niya ito sa mga mata. "Because it doesn't exist?"

"Bakit naman ako magsisinungaling sa 'yo?"

"Kung totoo ang tribu na iyan, i-sketch mo kung paano magpunta roon."

"I really can't, Eden. Kahit umalis na ako roon, iginagalang ko pa rin ang paniniwala ng mga

tao roon."

"Ano bang paniniwala ang sinasabi mo? Gusto ko lang malaman kung saang banda ang tribung sinasabi mo. It's not as if may balak akong magpunta ro'n."

"Ayaw nilang matagpuan at madiskubre ng mga taong-labas. Sorry."

Palawan, two days later.

TUMATAGAKTAK ang pawis sa lahat ng pores ni Eden habang nakikipambuno siya sa matinding sikat ng araw. Marso pa naman. Gusto niyang awayin ang may-ari ng kabayo na inarkila niya na hindi pumayag na ihatid siya hanggang sa lugar na gusto niyang puntahan. Masyado na raw mapapagod ang kabayo nito.

"Sino ba naman kasing nagsabi sa iyo, Eden, na hanapin mo ang tribung tinutukoy ni Armina?" kausap niya sa sarili.

Pero alam niya kung bakit niya ginagawa iyon. Gusto niyang bigyan ng benefit of the doubt si Armina. Kahit paano naman, nanghihinayang siya sa friendship nila. Kapag napatunayan niyang nagsasabi ito ng totoo na hindi si Vince ang nagbigay ng mga alahas nito, baka makalimutan niya ang mga pagdududa niya tungkol dito.

Tiningnan niya ang sketch na hawak niya. Para maipa-drawing iyon kay Armina, kinailangan niyang yayain ito ng inuman. Nang malasing ito, binuksan niya ang paksa tungkol sa tribung pinanggalingan daw nito hanggang sa ang pinagtapusan ay gumawa ito ng sketch.

"Malayo pa ba ako? Parang habang-buhay na akong naglalakad."

Nang makarating siya sa isang crossroads, parang nanumbalik ang lakas niya. Ayon sa sketch, malapit na siya sa pakay. Matatapos na rin ang paghihirap niya. She was also certain that once she got back to Manila, she would be completely over Vince.

"Look at that..." sambit niya nang makita ang dalawang kalalakihan na nakabahag lamang na naglalakad. Curious na pinagmasdan niya ang mga ito. Diyata't hindi nagsisinungaling si Armina.

Parang nabatubalani na pinagmasdan niya ang dalawang lalaking nakabahag. Hanggang sa makita rin siya ng mga ito.

"PAPATAYIN na sana nila ako. Pero nakaisip ako ng paraan para makaligtas nang maalala ko ang sinabi sa akin ng kaibigan ko tungkol sa propesiya. Sinabi ko sa mga trino na nanaginip ako na kinakausap ako ng buwan at inutusan akong magpunta rito at sabihin na taglay ko ang Espiritu ng Buwan. `Tingin ko, namangha ang mga trino at ang mga tao na marunong ako ng wika nila kaya napaniwala ko sila."

Nakatingin si Prime kay Eden habang nagkukuwento siya. Kapagkuwan ay ngumisi ito at itinulak ng dalawang daliri nito ang noo niya. "Mautak ka rin, `ne."

"Kung ayaw mong mamatay, ako rin," aniya rito.

Humalukipkip ito sa harap niya. "Let me see. Hindi mo alam na kailangan mong pakasalan ang Kasmir nila?"

"Hindi. Matutuwa na sana ako. Imagine, pakakasal ako sa isang king? Pero nang makita ko si Kasmir, parang gusto kong sabihing patayin na lang nila ako. Bukod sa kadiri ang hitsura niya, mas matanda pa yata siya sa lolo ko. Dahil ayokong magpakasal sa kanya, gusto kong makaalis dito kahit alam ko na puwede nila akong patayin kapag tumakas ako. Wala akong maisip na paraan nang hindi ako mahuhuli, kaya inutusan ko si Anita."

"`Yong batang iniligtas ko?"

Tumango siya. "Inutusan ko siya na ibigay sa kahit

sinong tao ang sulat na ginawa ko. Nakalagay roon na kailangan ko ng magre-rescue sa akin. Magbibigay ako ng pabuya sa makakapagligtas sa akin."

"Mag-iisip ka lang ng paraan, gagamit ka pa ng bata? Muntik nang mapahamak si Anita dahil sa `yo."

"Dumating ka naman, eh."

Itinulak uli nito ng daliri ang noo niya. "Hindi ka nag-iisip. Paano kung sumugod ang mga tagalabas dito? Matutuklasan nila ang tungkol sa tribung ito. Ang gusto lang naman ng mga tao rito, katahimikan, kaya ayaw nilang magpaistorbo sa mga tagalabas."

"Naiintindihan mo pala ang mga tao rito. Ipinagtatanggol mo sila. Eh, di, dito ka na lang."

Bago dumating si Prime sa tribu, nakiusap siya sa Itaas na kung hindi man siya makatakas, pagbigyan man lang sana Nito ang hiling niya na huwag siyang maging asawa ni Kasmir dahil hindi talaga niya kakayaning sikmurain iyon. Akalain ba naman niyang didinggin Nito ang panalangin niya at ipapadala Nito si Prime?

Nang araw na makita niya si Prime na buhat-buhat si Anita, alam niyang papatayin ito ng mga tagatribu dahil napag-alaman niyang iyon ang sinasapit ng mga taong nakakakita sa mga ito o kaya naman ay nakakapasok sa tribu. Sa katunayan, sa isang bahagi ng tribu ay may malaking hukay na tapunan ng mga bangkay ng mga taong pinapatay ng mga ito. Pero gumana uli ang isip niya. Naisipan niyang gumawa ng sariling interpretasyon sa propesiya upang mailigtas si Prime. Mabuti na lang at napaniwala niya si Kasmir.

"Wala akong balak. Tatakas pa rin ako rito pero sisiguruhin kong walang mapapahamak na kahit sino."

"May mapapahamak kapag itinuloy mo ang plano mo—ikaw. Ilang beses ko bang uulit-ulitin iyon sa iyo? Hindi ka na makakaalis dito. We're stuck here. Tanggapin mo na lang dahil tinanggap ko nang ito ang kapalaran ko."

"Puwes, magkaiba tayo ng kapalaran."

"Tingnan na lang natin kung may magagawa ka," nangingiting wika niya.

CHAPTER SIX

"BITIWAN n'yo ako! Huwag n'yo akong ipakasal sa babaeng `yan! Pakiusap!"

Umikot ang mga mata ni Eden dahil sa pag-atungal ni Prime. Kung makaasta ito, parang bibitayin ito. Hinihila ito ng apat na kalalakihan patungo sa lugar na pagdarausan ng seremonya ng kasal nila.

Sabihin ko kaya na pugutan na lang nila ang lalaking ito? Ang OA, eh.

Kung hindi lang siya nag-aalala na baka ipakasal siya ng mga tagatribu sa bagong hihirangin na Kasmir, nunca na magpakasal siya kay Prime. Malamang na ang pumalit sa namatay na Kasmir ay ang anak nito na hindi nalalayo ang hitsura kay Palito.

Sa wakas ay nakarating si Prime sa bulwagan na gawa sa pinaarkong kawayan. Nakatayo siya roon suot ang tradisyunal na kasuotan at tabing sa mukha. Naroon ang lahat ng tagatribu upang saksihan ang pag-iisang-dibdib nila ni Prime. May tumutugtog gamit ang mga instrumentong gawa sa kawayan at bao ng niyog. Umaapaw ang pagkain at inumin. Ang mga kababaihan ay nakasuot ng mga alahas na inilalabas lamang ng mga ito sa tuwing may okasyon.

Gabi ginanap ang seremonya. Tanglaw nila ang bilog na buwan at naglalagablab na mga sulo.

"Please, Estra. Sabihin mo sa kanila na pakawalan na ako. Ayoko pa talagang magpakasal," wika ni Prime sa nakikiusap na tono.

"Akala ko ba, kasal ka na?"

"O-oo. Kaya nga hindi tayo puwedeng magpakasal. Hindi magiging valid ito."

"Sino bang may sabi sa iyo na valid ito? Sa lugar na ito lang kikilalanin ang kasal natin. Now, puwede bang simulan na natin ito para matapos na?"

"Ayoko talagang magpakasal sa iyo!" sigaw nito na parang may tantrums.

"Para mapanatag ka, hindi ko rin gugustuhing magpakasal sa iyo kung nasa labas tayo ng tribung ito. But since nandito tayo, matuto kang makisama. Kapag nainis ako nang tuluyan sa iyo, uutusan ko ang mga tao rito na ilitson ka!" banta niya rito na may kasamang panlalaki ng mga mata. Tumahimik naman ito pero parang kakagatin siya.

"DARN! Napagod ako," wika ni Eden habang patungo sila ni Prime sa bahay niya—bahay nila simula sa araw na iyon. Umaga na natapos ang kasiyahan sa tribu.

"Paano kang hindi mapapagod, magdamag kang sumasayaw," wika ni Prime.

Ngumiti siya nang sulyapan ito. He still looked pissed off. Habang siya naman ay nakukuha nang tumawa at ngumiti dahil "safe" na ang pakiramdam niya. Ngayong kasal na sila ni Prime sa mata ng mga tagatribu, hindi na siya pipilitin ng mga ito na ipakasal sa kung sino-sinong hindi niya type.

Kumunot ang noo niya sa naisip. Bakit? Type ba niya si Prime?

At least, malayo ang mukha niya sa yumaong Kasmir. Maarte nga lang.

Agad na naglatag siya ng banig nang makapasok sila sa "pugad" nila. Nahiga na siya. Si Prime ay dumungaw sa bintana at nagmasid sa paligid.

"I told you. Huwag ka nang mangarap na makakaalis ka rito," pagpaparinig niya.

Sinulyapan siya nito bago siya nilapitan. Naupo ito sa sahig. "`Buti nga, nangangarap pa rin ako. Ikaw? Mahigit isang buwan ka na rito pero parang kontento ka nang manatili sa lugar na ito."

"Mas matalino lang ako sa iyo. Alam ko kung ano ang posible sa hindi. Hindi tulad mo, utak-pulbura."

"Hindi ako utak-pulbura." Hinatak nito ang belo niya hanggang maalis iyon sa ulo niya. "Alam mo kung ano ang tingin ko sa iyo? Duwag ka. You won't take the risk."

"Oo, duwag nga ako. Pero mas mabuti nang maburo dito kaysa mamatay ang beauty ko, 'no! Umalis ka na nga sa harap ko. Matutulog pa ako."

Humarap siya sa kabilang side at pumikit. Ito naman ay naramdaman niya na muling bumalik sa bintana.

"Pinapagod mo lang ang sarili mo," bulong niya sa sarili.

TANGHALI na nang magising si Eden kinabukasan. Hindi niya nakita sa loob ng bahay si Prime. Isinuot niya ang belo bago lumabas. May mga kababaihan na naglilinis sa lugar na pinagganapan ng seremonya at kasiyahan nang nagdaang gabi.

"*Si liata tan amusan, Estra*," nakangiting bati sa kanya ng isang babae na naghuhugas ng kawa. Ang ganda raw ng panahon, ayon dito.

"*Liata man*," tugon niya. ("Maganda nga.")

Mabuti na lang at nakikisama ang panahon sa kanila. Kung nagkataong umulan nang araw na iyon, siguradong magpa-panic ang mga tagatribu at iisipin ng mga ito na may paparating na delubyo. Baka maparusahan sila ng kamatayan ni Prime.

`Buti na lang summer ngayon, aniya sa isip.

Sa taniman siya nagtungo upang umani ng mga gulay at prutas. Tumaas ang mga kilay niya nang makitang naroon si Prime. Binabantayan ito ng tatlong kalalakihan na sundalo ang ranggo sa tribu.

"Parang naging paboritong tambayan mo na yata ang lugar na ito," komento niya kay Prime nang makalapit siya rito. Kumakain ito ng singkamas na binalatan nito.

"Siyempre, nandito ang mga chibog."

Simula nang tumira ito sa bahay niya, hindi pa niya ito nakakasabay sa pagkain. Sa taniman ito palaging kumakain. Sa tingin niya ay pinag-aaralan nito ang kilos ng mga sundalong nagbabantay rito.

Naupo siya sa tabi nito. "Sa bahay ka na kumain simula ngayon. Mag-asawa na ang tingin sa atin ng mga tao rito."

Tumanaw ito sa malayo. "Wala ka bang nami-miss sa labas?"

"Mayro'n naman, siyempre. `Yong dating trabaho ko, manager ko, condo unit ko."

Sinulyapan siya nito. "Ano ba `yan? Tanggalin mo na nga iyang takip sa mukha mo."

"May mga tao sa likod natin. Hindi nila puwedeng makita ang mukha ko." Iyon ang kabilin-bilinan sa kanya ng mga trino.

"Huwag kang lumingon para hindi nila makita." Ito na ang humatak sa belo pababa. "Ang ganda-ganda mo, itinatago mo lang."

"Nagagandahan ka sa akin?" gulat na wika niya.

"Bakit parang hindi ka makapaniwala? Model ka kaya alam kong marami nang nakapagsabi n'on sa `yo."

"Hindi lang ganda ang requirement sa pagmo-model. Mas maraming nakukuhang project ang mga unique ang hitsura tulad ni Armina."

"Sinong Armina?"

"`Yong friend kong model na tagarito ang mga magulang."

Tila hindi ito interesado kaya hindi na ito nag-react. Inabutan siya nito ng isang slice ng singkamas. Kinuha naman niya iyon.

"Ilang taon ka na?" tanong nito.

"Twenty-four. Ikaw? Ilang taon ka na? Huhulaan ko. Thirty-two?"

"Twenty-nine lang. Masyado mo akong pinapatanda."

Kinagat niya ang singkamas. "Mas matured kasi ang dating mo. Bakit maganda ang katawan mo? Hindi masyadong malaki pero parang pader. Nagdyi-gym ka ba?"

"I go to the gym six times a week for strength

training, but not to get big."

"Six times a week? Ginawa mo na yatang bahay ang gym."

"Kailangan, eh."

"Bakit? Ano ba'ng ginagawa mo?"

"Can't you make a guess?"

Naalala niya ang hitsura nito nang dumating ito sa lugar na iyon. "Athlete ka ba?"

"Yup."

"Para ka palang `yong kakilala ko. Nagko-compete ka sa Olympics?"

"When I was younger. Tumigil ako dahil ayoko ng may coach at manager na nagpaplano ng oras pati pagkain ko. Sa ngayon, mas madalas akong maimbitahan na sumali sa mga sponsored adventure race."

"Ano iyon?"

Ngumiti lang ito. Binalatan nito ang isang singkamas.

"Bakit ayaw mong sumagot kung ano iyon?"

"If you don't know it, then you're not interested in it."

"Malay mo, maging interesado ako kapag nalaman ko kung ano iyon?"

"Pinaplano mo nang manirahan dito habang-buhay, `di ba?" pagpapaalala nito sa kanya.

"Well... wala naman akong choice, eh. Babae ako at hindi rin ako athletic na katulad mo. Mahina ang katawan ko kompara sa mga sundalo ng tribung ito. Kahit gustuhin ko, hindi ko sila matatakasan. Para lang akong nagpakamatay n'on."

"I think the issue is not the will to get out of this place or the lack of it. Nag-e-enjoy ka na rito, `di ba? Nagustuhan mo ang simpleng pamumuhay nila rito. I bet ibang-iba ito sa mundong nakasanayan mo."

Totoo nga kaya ang sinabi nito na iyon ang dahilan? Nami-miss niya ang dating buhay niya pero paminsan-minsan lang. Dati ay naho-homesick siya sa lugar na iyon, pero hindi na ngayon.

Ngumiti siya. "May kasama na kasi ako na kapareho ko," aniya. And she realized it was the real reason. Hindi na siya naa-out of place sa lugar na iyon.

Tiningnan siya ni Prime pagkatapos ay tumawa ito. "Kakaiba ka. Kung ibang babae lang siguro ang nasa kalagayan mo, baka nawala na sa sariling bait. Pero ikaw, nakukuha mo pang ngumiti. And it seems walang-wala na talaga sa isip mo ang umalis dito. Sorry ka na lang dahil hindi kita sasamahan dito habang-buhay."

Ipinagkibit-balikat na lamang niya ang sinabi nito dahil alam naman niyang imposibleng makaalis ito ng tribu.

"MALILIGO ka?" tanong ni Eden kay Prime nang makita niya itong pumasok sa bahay bitbit ang mga damit nito na nilabhan nito kahapon. Naghihiwa siya ng repolyo na isasahog niya sa lulutuin niya.

"Oo. Bakit?"

Binitiwan niya ang kutsilyo at kumuha ng isang tradisyunal na kasuotan sa sisidlan niya. "Ito ang isuot mo. Kabilang ka na sa tribung ito. Magtataka ang mga tao kapag nakita kang isinusuot mo pa rin ang mga damit mo."

Tiningnan nito ang damit na hawak niya. Umiling ito. "No way." Pumasok na ito sa batalan.

Napailing na lang siya sa katigasan ng ulo nito. Binalikan niya ang paghahanda ng mga rekados. Sumulyap siya sa kalangitan sa labas. Medyo madilim ang mga ulap.

"Oh, my! Huwag naman sanang umulan o bumagyo," panalangin niya. Pero hindi yata didinggin ng nasa Itaas ang panalangin niya dahil habang tumatagal, padilim nang padilim ang kalangitan. Tila anumang sandali ay babagsak ang ulan.

"Ano'ng iluluto mo?" tanong ni Prime nang lumabas ito ng batalan.

"Sakri. Parang nilaga ang katumbas nito sa atin," tugon niya habang tinatanggal ang maitim na bula sa ibabaw ng sabaw.

"Master na master mo ang lengguwahe ng mga tao rito. Kaya naman pati ako, naloko mo noong una na tagarito ka." Tumayo ito sa likuran niya at sinilip ang niluluto niya. Gawang-bahay ang sabon na ginamit nito at siya ring ginagamit niya. He smelled like freshly grated coconut meat. "Matagal pa ba `yan?"

"Sandali na lang. Saan ka pupunta?" tanong niya nang maglakad ito.

"Dito lang. Huwag kang mag-alala, hindi ako lalabas." Dumungaw ito sa bintana. Umiling ito nang makita marahil ang mga sundalo na nakabantay sa ibaba ng bahay. "Parang uulan," puna nito.

"Ipanalangin mong huwag naman sana."

"Mabuti nga iyon para lumamig ang lupa."

Naghain na siya nang maluto ang ulam. Niyaya niya si Prime na dumulog sa mesa. Habang kumakain sila ay pasulyap-sulyap siya sa labas upang i-check kung umaaliwalas na ang mga ulap sa labas. Madilim pa rin ang mga iyon bagama't walang pumapatak na ambon o ulan.

NAALIMPUNGATAN si Eden. Madilim na madilim dahil pinatay nila ang gasera bago sila natulog ni Prime. Pero may pakiramdam siyang wala ito sa banig na tinutulugan nito. In-extend niya ang braso upang kapain ito. Wala ito sa higaan nito. Kumislot nang mahina ang laman ng dibdib niya.

"Prime?"

Naramdaman niya ang bahagyang pagyanig ng sahig. "Bakit?" tanong ni Prime. Nakahinga siya nang maluwag nang marinig ang boses nito.

"Ano ba'ng ginagawa mo? Madilim pa. Bakit bumangon ka na?"

"Tiningnan ko lang kung natutulog ang mga nagbabantay sa atin kapag ganitong oras."

"Asa ka pa. Magkaiba ang nagbabantay sa atin sa umaga at gabi."

Nahiga uli ito. Pumikit na rin siya upang ituloy ang naudlot na pagtulog. Ngunit muli siyang napadilat nang pumatong ang braso nito sa tiyan niya hanggang sa pakiramdam niya ay nasa itaas na ng ulo niya ang mukha nito dahil nararamdaman niya ang hininga nito.

"Ano'ng ginagawa mo?"

"Supposedly, honeymoon pa rin natin ngayon." May trace ng kapilyuhan ang boses nito.

"Anong honeymoon ang pinagsasasabi mo riyan?" Itinaas niya ang mga kamay upang itulak ito ngunit hindi man lang ito natinag. Dinaganan pa siya nito nang tuluyan.

"Mag-asawa tayo. Sa pagkakatanda ko pa nga, ikaw ang very eager na magpakasal sa akin."

"Hindi ka nakakatawa."

"Malamig, `di ba? Magpainit muna tayo nang kaunti."

"Magpainit ka mag-isa mo!"

She heard him laugh softly. Then she felt his lips land on her chin.

"Oops, sobra." In-adjust nito ang mukha dahil sa mga labi na niya sumunod na dumampi ang mga iyon.

"Ano ba? Tigilan mo nga ako. Umalis ka sabi—" Nalunok niya ang sinasabi dahil kinubkob nito ang bibig niya. His breath was fresh though he was using herbs as toothpaste since he lived there.

Hindi niya tiyak kung alin, pero parang may natunaw sa loob ng katawan niya. Natagpuan na lang niya ang sariling hinahalikan din ito.

Dinaklot nito ang kasuotan niya at hinatak iyon pataas. Ipinulupot niya ang mga binti rito.

"I can't move," anito.

"Good. You can kiss all you want but we're not doing it. Hindi ako tanga."

"C'mon. There's no reason why we shouldn't do it. Unless you're also a man." Hindi nito matanggal-tanggal ang panties niya dahil kapit-tuko siya rito.

"Ayoko."

Hindi na ito nagpumilit na hubarin ang panloob niya. Ipinagpatuloy na lamang nito ang paghalik sa kanya na waring umaasa ito na magbabago rin ang isip niya. He caressed the span of her leg with his callous hand while his other hand was fondling her breast. The strokes of his tongue were at sync with the thrusts of his lower body.

"Changed your mind?"

"No."

He kissed her again. It went on and on and on until she felt like her lips were already bee-stung.

"Changed your mind?" tanong uli nito.

"You wish."

Eksaheradong bumuntong-hininga ito. "Suko na ako." Binitiwan siya nito. Itinulak niya ito ng mga paa pabalik sa higaan nito. "Ano'ng gagawin natin ngayon?"

"Ano pa? Eh, di matutulog."

HINDI sigurado si Eden kung mahaba ang naging tulog niya o naidlip lang siya nang maalimpungatan siya. Ngunit madilim na madilim pa rin ang paligid. Malamig din. Kinapa niya si Prime sa kabilang banig ng higaan. Wala ito.

"Prime?"

"I'm right here," tugon nito. Nahulaan niyang nasa bintana na naman ito at sinisilip ang mga nagbabantay sa labas. Ipinagpatuloy na niya ang pagtulog.

NAPAILING si Prime nang tumunog ang natapakan

niyang dahon. Nakiramdam siya kung may sumusunod sa kanya. So far, wala.

Kaunting ingat pa, anang utak niya.

Ipinagpatuloy niya ang paghakbang. Malapit na siyang makalayo sa mga kabahayan nang walang nakakapansin sa kanya. Nakatulong ang makapal na ulap sa plano niyang pagtakas. Walang liwanag na nagmumula sa buwan ang nakaka-penetrate sa mga ulap kung kaya madilim na madilim ang paligid. Memorya lang ang ginagamit niya para matantiya ang kinaroroonan. Iyon ang dahilan kung bakit palagi siyang nagmamasid sa paligid. Kinakabisa niya ang pagitan ng mga kabahayan at bawat puno na naroon sa tribung iyon. Kaya kahit madilim, para na rin niyang nakikita nang buung-buo ang lugar.

You're close, Prime. You're almost there... Yes!

CHAPTER SEVEN

Twenty-eight days later.

MALAKAS ang sound system sa bar na pag-aari ng dating sportsmate nilang si Devin. One hundred fifty-seater ang capacity niyon. But the place was jam-packed that night. Mahigit yata sa five hundred ang nagsisiksikan sa bar. Imposibleng maglakad nang walang nakakabungguan.

Marami namang ibang bars sa kahabaan ng kalye ng Quezon Avenue. But Prime guessed the people liked it that way.

"Ano'ng ginagawa mo rito? Akala ko ba, clean-living ka?" tanong ni Devin sa kanya. Ito ang nag-serve sa kanila ng drinks. Libre daw ang lahat ng maiinom nila nina Carr at Clyde sa gabing iyon dahil "dude" nila ito.

"Wala akong balak uminom. Sinamahan ko lang si

Carr na magpunta rito." Hindi siya umiinom may okasyon man o wala. Hindi rin siya sanay na magpuyat tulad ni Clyde na isang partygoer. Hanggang maaari ay umiiwas siya sa ganoong lugar na mausok. Ngunit nang magkita sila ni Carr kanina at yayain siya nitong dalawin si Devin sa bar nito, pumayag na rin siya dahil wala naman siyang ibang gagawin. Naabutan nila si Clyde na naroon pala.

"Gabi-gabi ka pa rin bang nagpupunta rito?" tanong ni Carr kay Devin.

"Oo. Pero ipinapaubaya ko na sa mga tao ko ang pagsasara nitong bar. Alam n'yo na. Kailangang kasama ako ng asawa at anak ko bago maghatinggabi. Sandali lang, mga pare. Tulungan ko lang ang mga servers. Babalik ako mamaya."

"Anyone can tell that Devin is very happy with his wife and baby daughter," wika ni Carr nang iwan sila ni Devin.

"Naiinggit ka? Bakit hindi ka pa mag-asawa?" ani Clyde.

Nagsalin ng drinks si Carr sa basong may yelo. "Hindi ako ang tipo na papaspasin ang pag-aasawa dahil lang naiinggit ako kay Devin. Hindi ako pabor sa ganoon."

"Saan?" he asked. Dinampot niya ang isang bote ng beer, pinagmasdan iyon at nag-isip kung iinom ba siya o hindi. Sa huli ay nilagyan niya ng beer ang baso niya. Hindi naman siguro makakasama kung iinom siya ngayong gabi. Para kasing naghahanap ang lalamunan niya ng mas matapang kaysa sa tsa.

"Sa paspasang pagpapakasal dahil lang naramdaman ko na gusto ko ang isang babae," tugon ni Carr. "Gusto kong kilalanin muna siya, makiramdam kung ano ang totoong ugali niya. Gusto kong makasiguro na makakasundo siya ng pamilya ko."

"I don't know, pare. Pero ako, hindi ako madaling maloko ng mga babae. Kahit iba pa ang ipakita nila, madali kong nahahalata ang totoong ugali nila. Hindi ko kailangan ng panahon para kilalanin pa sila. Kapag gusto ko, gusto ko..."

Nawala ang atensiyon niya sa pinagtatalunan nina Carr at Clyde nang may dumaang babae sa harap ng puwesto nila. Miniskirt na green ang suot nito at high heels na katerno ng damit nito. Curly ang hanggang mga balikat na buhok nito. Her face was made up but she didn't look cheap.

Hindi siya naniniwalang maaaring bumaba sa lupa ang espiritu ng buwan. Pero parang gusto niyang maniwalang bumababa sa lupa ang mga diyosa sa langit.

"Ano sa palagay mo, pare?" tanong sa kanya ni Clyde.

Nakatingin pa rin siya sa babaeng naka-green. Nagtungo ito sa bar at hinalikan sa pisngi ang lalaking nakaupo roon bago ito naupo sa bakanteng stool. Nag-igting ang mga bagang niya nang akbayan ito ng lalaki sa bar.

"Pare?" pukaw ni Carr sa kanya. Natauhan siya nang tapikin siya nito.

"S-sorry."

"Sino ba'ng tinitingnan mo?" Lumingon si Clyde sa likuran.

"Wala. May itinatanong ka ba kanina?"

"Do you agree with Carr that a man must spend a long time with his girlfriend before he should decide to marry her?"

"Wala iyon sa tagal ng panahon. Nasa tindi ng nararamdaman mo."

"See? Pareho kami ng point of view."

"Kung ayaw n'yong magsisi bandang huli, mag-isip ng makaisandaang beses," ani Carr na hindi pa rin natitibag ang paniniwala.

Nakakunot ang noo niya habang nakatitig sa likod ng babaeng naka-green. Hindi siya maaaring magkamali na si Estra iyon. Pero ano ang ginagawa nito sa Quezon City?

He couldn't take his eyes away from her. Her smooth back was bare. The fabric of her clothes clung to her curves. Humigpit ang pagkakahawak niya sa baso nang haplusin ng lalaking ka-date nito ang likod nito bago bumaba iyon sa pang-upo nito.

"Pare, walang ganyanan."

Napatingin siya kay Carr. Nakangisi ito na parang maiiling. "Bakit?" tanong niya.

"Parang hindi ka gentleman niyan. It's all right to admire another woman if you have a girlfriend. But do not stare at another man's girlfriend."

"Pero naiintindihan ko si Prime. That woman is hot," wika ni Clyde na nakatingin kay Estra. "Kilala mo?"

"My wife."

"Huh?" sabay na wika nina Carr at Clyde.

"Excuse me." Tumindig siya at nakipagsiksikan sa mga tao hanggang sa makarating siya sa kinaroroonan ni Estra. Naglabas siya ng limandaan sa wallet. "Pare, injured ang tuhod ko. Baka puwedeng ibalato mo na sa akin ang upuan mo?" wika niya sa lalaking mukhang kae-eighteen lang na nag-o-occupy sa stool na katabi ng inuupuan ni Estra.

"Sure." Kinuha nito sa kanya ang five hundred bago umalis ng bar.

Nilingon siya ni Estra nang maupo siya sa tabi nito. Kung may reaksiyon man ito nang makita siya ay itinago nito iyon. Sa halip ay in-snub siya nito bago muling binalingan ang date nito.

"Can I buy you a drink?" alok niya rito. Hindi siya

pinansin nito. Inilapit niya ang mukha sa tainga nito. "I said can I buy you a drink?"

Magkasalubong ang mga kilay na tiningnan siya nito, as if irritated. "Thanks but no thanks."

"Do you know him?" tanong dito ng date nito.

"No. Don't mind him," pakli ni Estra.

Nang magsalubong ang mga mata nila kanina ay nakasiguro na siya na si Estra nga ito. She still smelled like coconut milk. Ginagamit pa rin pala nito ang sabon na galing sa tribu.

"So you want to play games, huh?" he said.

"Leave us alone," asik nito sa kanya.

Bumaba ng stool ang date nito at nilapitan siya. Kalmado pa rin ito ngunit halatang nagpipigil lang na patulan siya. "Pare, baka puwedeng huwag mo kaming guluhin ng date ko?"

Pinaikot niya ang stool upang harapin ito. "Ikaw ang papakiusapan ko, pare. Baka puwedeng hayaan mo muna kaming makapag-usap ng *asawa* ko?"

"Asawa?" Tiningnan nito si Estra.

Umiling si Estra. "Hindi ko siya asawa. Hindi ko siya kilala."

Inakbayan niya ito. "Mag-asawa kami. Sa lugar na ito kami nagkakilala. Last week lang kami ikinasal. Sa Palawan kami nag-honeymoon."

Inalis ni Estra ang braso niya sa balikat nito. "Ano

ba? Tigilan mo ako, Prime!"

"See? She knows my name," nakangising wika niya.

Napangiwi naman si Estra dahil sa pagkakadulas ng dila nito.

"I can't believe Armina set me up with a married woman," naiiling na wika ng lalaki bago ito tumalikod.

"Gago ka!"

"Kunwari ka pa na hindi mo ako kilala." Inagapan niya ang braso ni Estra nang akmang bababa ito ng stool. "Hep, saan ka pupunta? Diyan ka lang."

"Magpupunta ako sa powder room," angil nito.

"Kung hindi ko alam kung gaano ka kawais, baka mapaniwala mo pa ako. And speaking of wais, naisahan mo na naman pala ang mga tao sa tribu. Paano ka nakatakas?"

Pinandilatan siya nito. "Pakialam mo?"

Hinigpitan niya ang pagkakahawak sa braso nito nang magtangkang kumawala ito. He couldn't take the grin off his face while staring at her lovely face. Maganda na ito noong nasa Palawan pa sila, pero mas na-enhance ang features nito ng perpektong makeup. And her hairdo was so cute on her.

"Ibang-iba ka pala kapag nasa city ka," komento niya. Hinagod niya ito ng tingin mula sa manicured toes nito, makinis na binti, bilugang mga hita at balakang, maliit na baywang at katamtamang laki ng dibdib.

"Are you drooling?" sarkastikong wika nito.

"I admit I am."

"`Know what? No'ng nasa Palawan tayo, alam kong darating ang panahon na ito. I guess I am always right." Tinaasan siya nito ng isang kilay bago pabiglang hinatak ang braso. Mabilis na naglakad ito palayo.

Sinundan niya ito ng tingin. Her hips were swaying as she walked away.

Napapikit siya. Panghihinayang ba ang nararamdaman niya?

"BAKIT ba hindi ka makaintindi, Purisma? Bahala ka na sa gusto mong gawin sa *Quest.* Kumuha ka ng modelo kung gusto mo. Pero huwag mo akong gagamitin sa mga kalokohan mo," mariing wika ni Prime sa kanyang kapatid.

Nagtatalo sila nito tungkol sa gustong concept nito para sa cover ng summer issue ng *Quest.* Ipinagpipilitan nitong lumabas siya sa cover kasama ang isang babaeng modelo na swimwear lang ang mga suot nila.

"Ang mga readers ang nagre-request na makita ka sa susunod na issue ng *Quest,*" wika nito.

"Detalyado ba ang sinabi nilang kailangang sa cover nila ako makita? Na walang pang-itaas at may kasamang babae na naka-bikini?" sarkastikong wika niya. Purisma was so used to getting things her way. Pero hindi sa lahat ng pagkakataon ay makukuha nito ang gusto nito.

"Masa-satisfy sila kapag gano'n ang ginawa natin. It's time we get their attention, Prime. Huwag matigas ang ulo mo. Simple lang ang gagawin mo. Just show up in the pictorial and that's it."

"No, no, no," mahina ngunit paangil na wika niya. "Get a male model. That's it."

Dinampot nito ang receiver ng telepono. "And I'm calling up Dad right now. Sasabihin ko sa kanya na wala na akong magagawa sa magazine na ito at ipatigil na lang ang production nito. Tutal naman, hindi kumikita ang family business dito."

"Are you nuts?" Nilingon niya ang mga empleyado na pawang natigilan dahil sa banta ni Purisma. "Mawawalan ng trabaho ang mga tao rito kapag nakinig sa iyo si Dad!"

"Doon din naman sila pupulutin balang-araw. Magiging maaga nga lang ang pag-iipon nila ng mga gamit nila."

Hinablot niya ang receiver mula sa kamay nito at ibinaba iyon sa cradle. "Mag-isip ka ng ibang concept. If you want me to appear on the cover of the next issue, at least let me wear clothes, for Christ's sake!"

"Lalaki ka naman, ano ba'ng mawawala sa `yo?"

asik nito sa kanya, nawalan na rin ng preno sa pagsasalita dahil sa matinding pagkabuwisit sa kanya.

"Oo nga, Sir. Pumayag ka na," wika ni Mae, ang editorial assistant. Tila natakot ito na mawalan ng trabaho kaya kumampi kay Purisma. "Kayo na lang ang pag-asa ng *Quest* at ng mga anak ko. Ang hirap maging single mom, Sir."

"I CAN'T believe this!" Initsa ni Prime sa mesa ang mga larawan ng latest swimwear para sa mga lalaki. Pinapapili siya ni Purisma kung alin sa mga iyon ang komportable raw niyang maisusuot sa pictorial bukas. Kahit jeans pa ang isuot niya, kung topless naman, hindi siya magiging komportable. Hindi siya model. Hindi siya sanay na ipinangangalandakan ang katawan sa mga larawan.

Tiningnan niya ang mga empleyado roon na mga nangingilag sa kanya. Ngayon lang nakita ng mga ito na masama ang mood niya. Nilagpasan siya ni Mae. Nagtungo ito sa mesa ni Purisma.

"Ma'am, coffee muna kayo."

"Ha!" sarkastikong wika niya. Kay Purisma na nagsisipsip ang mga empleyado ngayon. Tama ba iyon?

"Good morning!" narinig niyang bati ng isang masiglang tinig.

Isang babae ang pumasok sa editorial office.

Napakurap siya nang makilala ito—si Estra. Stilettos, white pleated skirt at green handkerchief top ang suot nito. May nakataling Hermes scarf sa left wrist nito. Nakasuot ito ng shades na pula ang rim.

Walang nakapagsalita nang dumating ito. Nakatingin ang lahat dito habang naglalakad ito. Mistulang ginawa nitong ramp ang opisina. Parang hindi siya nakita nito. Tuluy-tuloy ito sa kinaroroonan ni Purisma.

"Eden!" bulalas ng kapatid niya.

Eden?

Kapagkuwan ay napangisi siya habang nakatingin kay Estra na "Eden" pala ang totoong pangalan.

Nagbeso-beso ito at ang kapatid niya. "Where have you been? I couldn't contact your phone!" tanong ni Purisma rito.

"Here, there, and everywhere," sabi ni Eden.

"Sa Palawan," sabat naman niya.

"You know each other?" tanong ni Purisma bagama't hindi nagulat. Para dito, natural lang na magkakakilala ang mga models at mga taong nasa publishing industry.

Tumindig siya at lumapit sa mesa ni Purisma. "Sabihin mong siya ang makakasama ko sa pictorial at papayag na ako." Pinagmasdan niya si Eden mula ulo hanggang paa. Alam niyang ang unang impresyon na iiwan nito sa kahit sinong tao na makakakita rito ay parang Barbie doll ito, just like any other female model he knew. Ngunit nakasama at nakilala na niya ito kaya hindi ganoon ang iniisip niya tungkol dito. Maaaring above average ang looks nito. Pero ordinaryo at simpleng babae lang ito tulad ng iba.

"Ano'ng kinalaman niya sa pictorial?" nakataas ang baba na tanong ni Eden.

Tinanggal niya ang shades nito.

"Ano ba?" protesta nito. "Akin na `yan!"

"He's my brother," tugon ni Purisma. "Prime, ibalik mo ang shades niya."

"Akin na ito." Itinago niya sa pocket ng shirt niya ang shades. Nginisihan niya ito bago bumalik sa mesa niya.

"Siya ang sinasabi mo na makakasama ko sa pictorial?" tanong ni Eden.

"Siya nga."

"Dapat pala, sinabi ko sa manager ko na hindi pa ako tatanggap ng projects."

"Huwag ka nang magkunwari. Alam kong natutuwa ka rin sa nalaman mo," pagpaparinig niya.

"Ewan ko ba pero ang sama ng vibes ko sa lugar na ito. Purisma, tutuloy na ako. Akala ko, makakapag-kuwentuhan pa tayo pero ang pangit talaga ng pakiramdam ko sa lugar na ito, eh. Parang may demonyo, alam mo `yon?"

"Okay. I'll just see you when I see you. Don't be late tomorrow."

"*Wi na.*"

"Excuse me?"

"*Wi na*. Bye-bye."

Napangiting sinundan niya ito ng tingin nang maglakad ito palabas ng glass door. Tumindig siya at pasimpleng sinundan ito.

`"Sir," tawag ni Mae sa kanya nang tumapat siya sa mesa nito. Nakangiti ito nang makahulugan.

"Yes?"

"Bumabata pala kayo kapag nakikita n'yo ang crush n'yo. Para kayong high school student kanina."

Natatawang nilagpasan niya si Mae. Sa labas ay naabutan niya na papasok ng elevator si Eden. Binilisan niya ang paglalakad at pinigil ang pagsara ng mga pinto niyon.

"Bakit?" sita nito sa kanya.

"Bababa rin ako. Masama ba, *Eden*?" Idiniin niya ang pagbanggit sa pangalan nito. Nagtungo siya sa likuran nito.

"Saan ka bababa?" tanong nito.

Tiningnan niya ang mga button ng numero. Nakailaw ang number three. "Third floor."

Umismid ito bago pinindot ang *close* button.

"Nice rear."

"Matagal ko nang alam."

"Kailan ka pa nakabalik dito?"

"Curious ka?"

"Yes."

"Sorry, hindi ko sasabihin."

"Saan ka papunta ngayon?"

"Hindi ko rin sasabihin."

Humakbang ito palabas nang bumukas ang pinto ng elevator. Kinuha nito sa likod ng spaghetti strap na nasa ilalim ng handkerchief top nito ang susi ng sasakyan nito. Her car was a white Optra. Sumandal siya sa pinto ng driver's side para hindi nito mabuksan iyon.

"Umalis ka riyan."

"Aalis lang ako rito kapag sinabi mo sa akin kung paano ka nakaalis sa tribu."

Bumuntong-hininga ito bago nagtapat sa kanya kung paano. "Simple lang. Sinabi ko sa kanila na susundan kita. Umulan nang araw na umalis ka. Sinabi ko sa mga tagatribu na kapag hindi kita nahanap, magpapatuloy ang mga ulan dahil nalulungkot ang Espiritu ng Buwan at sa katagalan, magiging bagyo iyon."

"At pinayagan ka nilang lumabas ng tribu? Hinihintay ka ba nilang magbalik? Or rather, tayo?"

"Ewan. Basta ang sabi ko sa kanila, kapag tumigil

ang pag-ulan, ibig sabihin ay natagpuan na kita at magkasama na uli tayo. Sabi naman sa weather report nang dumating ako rito, tropical depression lang ang dahilan kung kaya umuulan-ulan sa Region Four nang nakalipas na mga araw. Pero walang parating na bagyo. Malamang na hindi na umuulan doon ngayon at iniisip nila ngayon na magkasama na tayo kaya panatag na ang loob nila. Hindi na mahalaga sa kanila kung bumalik man tayo o hindi."

"Mautak ka talaga," nakangising wika niya.

"Puwede ka na bang umalis sa sasakyan ko?"

"Sa isang kondisyon. Mag-date tayo."

Lumiit ang mga mata nito. "Asa ka pa!" Binuksan nito ang pinto sa backseat at doon dumaan. Nang subukan niyang buksan ang pinto sa driver's side ay naka-lock na iyon.

Kinatok niya ang salamin ng bintana. "Ingat ka."

Bahagyang ibinaba nito ang salamin ng bintana. Binelatan siya nito.

CHAPTER EIGHT

"DOUBLE time!" wika ni Magnet, isang gay top fashion and commercial photographer. Naroon sila sa studio nito para sa photo session ng cover para sa summer issue ng *Quest*. "Jean, hindi pa ba tapos ang makeup ni Eden? Mauubusan tayo ng oras," nag-aapurang wika nito sa stylist.

"Five seconds," wika ni Jean. Ina-apply-an nito ng powder ang mga pisngi ni Eden na nakaupo sa isang stool.

Nagkusa na si Prime na pumuwesto sa isang bahagi ng studio. Aminado siya na hindi pa rin siya komportable hanggang nang mga sandaling iyon. Ipinangako na lamang niya sa sarili na iyon ang una at huling pagkakataong gagawin niya iyon. Pulang board shorts ang suot niya. Perfect na raw ang pagkaka-tan ng balat niya kaya hindi na kinailangang apply-an iyon ng kung anu-anong tanning makeup na katulad ng inilagay sa katawan ni Eden kanina. Masyado kasing maputi ito.

"Okay, go!" Pinatayo ni Jean si Eden nang matapos ang makeup nito. She looked like a different person. Kinulayan ng washable red dye ang buhok nito. May fresh garland ito sa ulo at leeg. Her bikini was so tiny he was tempted to wrap her in a blanket.

Nagsimula ang pagkislap ng camera ni Magnet nang tumayo sa tabi niya si Eden. Nakakabatubalani ang kagandahan nito na kahit hindi pa ito nagsisimulang mag-pose ay parang ang sarap nang kunan ng larawan nito.

Her body structure was magnificent.

He sighed. Wala na ba siyang gagawin kundi obserbahan ito?

"Eden, move closer to Prime," utos ni Magnet.

Humarap ito sa kanya at humawak sa balikat niya.

"Saan ako titingin, sa kanya o sa camera?"

"First, sa kanya. Then to my camera. Just be natural."

Eden started posing. It was awkward, for him.

"Ano'ng gagawin ko?" tanong niya.

"Touch her like you're making love to her. You're a man, you know what to do."

"Excuse me?" Wala yata iyon sa napag-usapan nila ni Purisma. Ang napagkasunduan nila ay wholesome dapat na lumabas ang mga pictures. After all, editor siya ng *Quest*. Kailangang irespeto pa rin siya ng mga tao kapag lumabas ang issue na iyon sa newsstand.

"Sumunod ka na lang kasi. Dream ko at ng lahat ng models na kunan ni Magnet kaya huwag mong sirain, `no," mahinang angil ni Eden sa kanya.

"But... I-I will touch you?"

"Subukan mo lang na hawakan ako sa maling lugar at sasapakin kita," banta nito.

"Stop talking and start moving. Prime, para kang poste ng Meralco." Ibinaba ni Magnet ang camera nito. "Relax a little. I assure you, the pictures would come out nicely. Hindi ito magmumukhang cover ng *FHM.*"

Humugot siya ng malalim na hininga. "Okay, okay. Para matapos na." Tiningnan niya si Eden. Nakahawak ito sa mga balikat niya. Then she put her head against his chest while looking at Magnet's camera. Inilagay niya ang braso sa baywang nito. Her skin felt so soft. Umikot naman ito at sumandal sa kanya. Nasa mga hita niya ang mga kamay nito. He didn't know what to do, so he just looked at the camera and hoped that Magnet wouldn't make another comment he was like an electric post.

"Come here, you two," mayamaya ay wika ni Magnet. Ipina-view nito sa kanila sa monitor screen ang mga larawang nakuha nito.

"Wow! Is that me? That doesn't look like me at all!" wika ni Eden habang itinuturo ang sarili nito. Halata sa mukha nito ang katuwaan. Dream come true nga marahil para dito ang makatrabaho si Magnet. And he must admit, the man—gay, rather—was good. Siniko siya ni Eden. "You're gorgeous in the pictures," wika nito sa nanunudyong boses.

"Yeah, yeah," he said nonchalantly. The pictures turned out as Magnet promised they would be. But that was not a reason to celebrate. Labag pa rin sa kanyang loob ang ginagawa.

"Balik na kayo sa puwesto n'yo," wika ni Magnet pagkatapos ng tatlong minutong break. Sinenyasan nito ang isang babae na assistant sa studio. "Tasha."

"Okay," tugon nito bago nilapitan si Eden.

Kailan ba matatapos ito?

Ano ang magiging reaksiyon ng mga kaibigan niya kapag nalaman ng mga ito na pumayag siyang lumabas sa cover ng *Quest* na seminude at may kasamang babaeng...

Napakurap siya nang makita si Eden. Wala na kasi itong suot na pang-itaas. "Where's your top?"

"Inalis ni Tasha. Bakit?" Nagsalubong ang mga kilay nito. Tapos ay bigla na lang tumawa ito. "Para kang ignorante!"

"Hindi ako ignorante," defensive na wika niya. Baka isipin pa nito na hindi siya sanay na nakakakita ng babaeng walang pang-itaas. Natatakpan pa rin naman ng garland ang maselang bahagi ng dibdib nito. Pero nagulat lang talaga siya nang makitang topless ito. Parang napakanatural na bagay na lang iyon dito.

Ilang beses na ba itong nag-topless sa mga photo session? Parang gusto niyang patigilin na ito sa pagmomodelo. So her body was the kind a photographer's camera loved. Pero dapat ay exclusive lamang ang katawan nito sa isang tao—hindi sa lahat ng lalaki sa Pilipinas!

"Last shots na lang ang kukunin ko. I already have some good shots here." Itinaas ni Magnet ang camera nito. "Eden, ikaw na ang magdala kay Prime. It's obvious that he doesn't know what to do. Mabuti na lang at hindi nahahalata sa mga pictures."

"Halika rito," ani Eden sa kanya.

"Huwag kang masyadong kumilos. Baka mawala sa puwesto ang mga bulaklak."

"Huwag ka ngang magpatawa. Sanay nang makakita ng ganito ang mga tao rito."

Napaigtad siya nang bigla siyang yakapin nito. Pagkatapos ay pinanggigilan pa siya nito, parang lalong idinidikit sa kanya ang dibdib nito.

"Stop it, Eden." He was starting to get affected.

"Naging kayo ba dati?" tanong ni Magnet.

"Hindi, ah!" agad na sagot ni Eden.

"Bagay kayong couple."

Nag-make a face si Eden. "Eeew!"

"'Eeew' pala. Sakalin kaya kita?"

Humalakhak ito. "Asar-talo."

TAPOS na ang photo session at nakapagbihis na si Prime. Nakita niya si Eden na animated na nakikipag-usap kay Magnet, parang nakikipag-close sa sikat na photographer. Ipinasya niyang lumabas ng studio at doon na lang ito hintayin.

Nakita niya ito after fifteen minutes. Green blouse na mababa ang neckline, fitting jeans at pumps na katerno ng blouse ang suot nito. It seemed green was her favorite color. May nakataling Hermes scarf sa left wrist nito.

"Pauwi ka na?" tanong niya.

"Oo." Hindi ito nag-abalang huminto sa paglalakad. Tuluy-tuloy ito sa hagdan. Nasa second floor lang ang studio kaya siguro hindi na ito nag-elevator.

Sumabay siya sa paglalakad nito. "Can I invite you to have a drink somewhere? But it's not a date."

"Hmm... May gagawin ba ako? Sige na nga."

Napangiti siya. At least, hindi siya tinanggihan nito sa pangalawang pagkakataon. Sa isang bar na bukas twenty-four-seven sila nagpunta. Sa bar area sila naupo.

"Nagkamali ba ako ng akala na nagustuhan mo

ang kasimplehan ng buhay sa tribu ng kaibigan mo?" tanong niya.

"Hindi mo ine-expect na babalik ako rito? Gusto mong doon na ako habang-buhay? Ang sama mo."

"Wala akong sinabing gano'n. Parang natatandaan ko lang na na-enjoy mo ang sarili mo kasama ang mga tao sa tribu. Dahil ba para kang character sa isang TV series?" nakangiting biro niya.

"Totoo siguro, na-enjoy ko ang pag-stay ko ro'n kahit paano. Pero hindi ako puwedeng habang-buhay doon. Sayang ang career ko rito."

"Gaano ka na katagal na model?"

"Ten years."

"You started when you were fourteen?"

"Uh-huh. Iniwan kasi ako ng father ko rito sa Pilipinas. American soldier siya. Hindi niya ako sinuportahan. Napilitan akong maghanap ng way para kumita ng pera."

"Where's your mother?"

"Hindi ko alam. Prostitute yata ang nanay ko. Prostitute pala talaga, hindi 'yata.'" Tiningnan nito ang mukha niya para marahil hulihin ang magiging reaksiyon niya. "Sa barko sila nagkakilala ng tatay ko. Alam mo `yon? `Yong mga babaeng umaakyat sa barko ng mga Amerikano. 'Mariposa' yata ang tawag sa kanila. Nagsama sila ng father ko nang ilang years, pero naghiwalay rin. Ibinigay ako ng nanay ko sa father ko. Hindi ko na uli siya nakita, ni hindi ko matandaan ang mukha niya dahil ang bata ko pa no'n. Nakakainis sila."

"Bakit."

"Basta naiinis ako sa kanila. Dapat pag-aaral at mga bagay na iniisip ng mga teenagers lang ang inaasikaso ko no'ng panahong iniwan ako ng father ko. But I had to work. `Di bale sana kung for fun lang iyon tulad ng ibang young models. Pero hindi, eh. Nagtatrabaho ako para makakain ako at mapag-aral ko ang sarili ko."

"They're still your parents. And aside from that, you owe them your beautiful face and bone structure."

Umikot ito ng upo at humarap sa kanya. "You think I'm beautiful?"

"Very."

Her face lit up with a smile. "Why are you different from other men?"

"What makes me different?"

"`Yong ibang guys na kilala ko, ang kuripot magbigay ng compliments. Like they always think if they give a woman compliments, it will go straight into her head and then, she will become a spoiled brat. Naiinis tuloy ako kapag hindi sila nagsasalita. Ayaw nilang sabihin kung maganda ba ako pagkatapos kong mag-ayos ng apat na oras sa harap ng salamin para sa kanila."

"Ex-boyfriends mo ba ang tinutukoy mo?"

"Oo." Tumango ito. She looked like a fourteen-year-old girl that exact moment, talking to another fourteen-year-old girl. "Ikaw ba, alam mo na gusto ng mga babae na binibigyan sila ng compliments ng boyfriends nila? Hindi naman sa gusto naming marinig na nagagandahan kayo sa amin. The thing is, gusto naming mapanatag na... na kontento pa rin kayo sa amin. Naa-assure kami na mahal n'yo kami kapag sinasabi n'yo na bagay sa amin ang suot naming damit. Gano'n."

"I'll bear that in mind."

Muling humarap ito sa bar area at dinampot ang baso nito. "Ano'ng ginagawa mo ro'n sa bar sa Quezon Avenue no'ng makita mo ako?"

"I was with my friends."

"Akala ko, may ka-date ka rin."

"Wala akong panahong makipag-date."

"Why did you ask me out the last time?"

"Alam ko namang hindi ka papayag." He smiled.

"Gano'n? Hindi ko alam na kapatid ka pala ni Purisma."

"Hindi ko rin alam."

"Patawa ka. Sabi sa akin ni Purisma magkagalit kayo ng daddy mo?"

"Kailan niya sinabi?"

"Bago ako nagpunta sa Palawan. Medyo friend ko si Purisma. Alam mo na, utos ng manager na maging friendly sa mga magazine people."

"Hindi naman sa magkagalit kami ni Dad. Medyo mayroon lang kaming hindi pinagkaunawaan. Gusto niyang i-devote ko ang buong time ko sa *Quest*. Pero iba ang passion ko. When I was a fresh graduate, Dad wanted me to handle another magazine. Hindi ako maka-relate sa magazine na iyon, tungkol kasi sa business. Nag-suggest ako kay Dad na mag-publish kami ng sports magazine. Doon nagsimula ang *Quest*. That was seven years ago. Pero kahit 'baby' ko ang *Quest,* hindi ko pa rin maipagpalit dito ang totoong gusto kong gawin."

"'Yong adventure tienes?"

He chuckled. "Adventure racing. Halos nako-consume ang buong oras ko ng pagte-training. I also love to take trips here and abroad. Nabanggit mo habang nasa Palawan tayo na interesado ka sa adventure racing. Magte-training ako. Gusto mong sumama?"

"Kailan?"

"Ngayon na. Pagkatapos nating lumabas dito."

Nag-isip ito. "Okay."

Binayaran niya ang bill nila. Inalalayan niya ito sa

pagbaba ng stool.

"I'll drive your car," prisinta niya.

"Paano ang kotse mo?" tanong nito.

"Babalikan ko na lang."

"Kapag ipinahatak nila?"

"Hindi nila ipapahatak iyon. Halika na." Hinawakan niya ang kamay nito at hinila ito patungo sa pinagpaparadahan ng kotse nito. Hiningi niya rito ang susi ng kotse nito.

"How's your friend?" tanong niya habang nagmamaneho.

"Si Armina? She's okay. Tingin ko nga, buntis iyon kasi nagsusuka tuwing umaga."

Sinulyapan niya ito.

"Bakit?" tanong nito.

"Nothing. Magkasama pa rin pala kayo sa isang unit? Ano'ng naging reaksiyon niya nang malaman niyang nabihag ka ng mga tao sa tribung pinanggalingan niya?"

"Hindi ko sinabi sa kanya. Nakakahiya."

"Paano kapag nalaman niya?"

"Hindi niya iyon malalaman kahit kailan dahil wala na siyang balak na bumalik sa tribu niya."

"Paano kung ang mga tagatribu ang magpunta rito at hanapin nila si Armina?"

"Imposible," natatawang wika nito. Tumanaw ito

sa labas ng bintana. "Dito na ba tayo?"

"Oo." Ipinapasok niya ang sasakyan sa isang thirty-five-storey commercial and residential building. Dinala niya sa parking space ng building ang sasakyan nito. Bumaba siya at pinagbuksan ito ng pinto. "Let's take the elevator."

Pinindot niya ang number fifteen button nang sumara ang mga pinto ng elevator.

"We're here," anunsiyo niya.

"Sigurado ka ba?" tanong nito habang tinitingnan ang paligid at mga pintong nadaraanan nila.

"Oo naman."

Inilabas niya ang swipe key card ng unit niya. Nginitian niya si Eden. Nagsalubong ang mga kilay nito nang makita ang loob ng unit niya.

"Bahay `to, eh."

"This is where I live."

"Bakit mo ako dinala rito sa—" Natigilan ito sa pagsasalita nang kalasin niya ang scarf sa leeg nito. Nagsalubong ang mga kilay nito nang tila mawawaan ang nasa utak niya. "Hindi ka talaga magte-training, `no? Sinabi mo lang `yon."

"I will." Grinning, he nodded before he captured her lips. "Hmm... These lips are so kissable. They taste sweet, too."

It seemed she was really the kind of woman who

was easily stimulated verbally. Tila nakalimutan na nito ang pagsisinungaling niya rito na magte-training siya. Niyakap siya nito at hinalikan din siya.

Iniangat niya ito sa sahig at binuhat ito hanggang sa silid niya. Ibinaba niya ito sa kama. Tiningnan nito ang paligid. May nakita siyang pag-aalinlangan sa mukha nito. Bago pa ito mag-back out ay itinaas na niya ang blouse nito at hinubad iyon dito. Initsa niya iyon sa malayo para mahirapan itong kunin iyon kung saka-sakali.

"This time, you will allow me to make love to you," wika niya habang hinihila pababa ang jeans nito kasama ang silk panties nito. Initsa niya ang mga iyon sa malayo, pagkatapos ay inabot niya ng mga labi niya ang mga labi nito.

CHAPTER NINE

`ASAN na `yon? tanong ni Eden habang pinapadaanan ng kamay ang puting bedsheet ng kama ni Prime. She was supposed to bleed after she made love to Prime. Pero wala siyang makitang mantsa ng dugo sa bedsheet.

"May hinahanap ka?" tanong ni Prime na nakahiga sa kama.

"Huh? W-wala." Tumuwid siya ng upo. "Pagamit ng restroom mo."

"Sure." Tinakpan nito ng braso ang mga mata. Matutulog na siguro ito.

Bumaba siya ng kama, nagtataka pa rin. Virgin pa naman siya. And when Prime did enter her, there was pain though it was not as intense as what she had expected. Mas tamang gamitin ang salitang "discomfort" sa halip na "pain" para i-describe ang naramdaman niya kaninang magsanib ang mga katawan nila.

Pero bakit ba iniisip mo pa iyon, Eden? Kung walang dugo, eh, di wala. Wala namang issue ro'n.

Pumasok siya sa bathroom ng silid ni Prime. Naghanap siya ng shower cap pero wala siyang nakita. Binuksan niya ang shower. Itinapat niya ang katawan sa tumutulong tubig ngunit iniwasan na mabasa ang buhok.

"`Can't believe I finally slept with a man," she murmured to herself. But just like the "missing bloodstain," she decided it was not supposed to be an issue. She was twenty-four. And should she say "a model?" Independent na rin siya kaya hindi niya kailangang i-explain sa kahit sino ang ginawa niya.

Pinatay niya ang shower. Kinuha niya ang towel na nakita niya roon at tinuyo ang sarili. Naalala niya ang mga damit niya. Ibinalot niya sa sarili ang towel bago lumabas upang hanapin ang mga damit. Nasulyapan niya si Prime na ganoon pa rin ang posisyon. Nakatulog na siguro ito.

Dinampot niya ang bra, blouse, panties at jeans na nakakalat sa sahig. Isa-isang isinuot niya ang mga iyon bago nilapitan si Prime. Inuga niya ito sa braso.

"Uuwi na ako," aniya.

Bumangon ito, naupo at nagpalinga-linga upang hanapin marahil ang mga damit nito.

"Huwag mo na akong ihatid. Kaya ko na."

"Sigurado ka?"

"Oo. *Wi na.*"

Tumango ito. "*Wi na.* Mag-ingat ka sa pagda-drive." Ibinagsak nito ang sarili sa kama para marahil ituloy ang naudlot na pagtulog.

Weird ang pakiramdam niya sa sarili nang lumabas siya ng silid ni Prime. Dahil hindi na siya virgin? May nawala sa kanya?

"Eh, ano, Eden? Matagal nang dapat nawala iyon sa iyo." Dinampot niya ang scarf niya sa sahig at inilagay iyon sa leeg bago tuluyang lumabas ng unit.

"ILANG buwan na `yan?" tanong ni Eden kay Armina. Ang tinutukoy niya ay ang laman ng tiyan nito. Halatang-halata na iyon kahit maluwag ang suot nito.

"Four. Ang bilis lumaki, `no? `Yong ibang nagbubuntis, hindi ganito kabilog ang tiyan kapag four months." Hinaplos nito ang tiyan nito, bagay na napansin niya na habit na gawin ng mga babaeng buntis.

Dinampot niya ang kutsara sa tray at tinusuk-tusok ang yelo sa in-order niyang halo-halo special. Nasa condo unit siya kanina nang tumawag si Armina at mag-imbitang magkita sila. Simula kasi nang makumpirma nito na buntis ito ay sa bahay ni Vince na ito tumira sa kagustuhan na rin ng lalaki. May plano nang magpakasal ang mga ito.

Aaminin niya, naiinggit siya sa kaibigan. Pero hindi dahil si Vince na isang heredero ang mapapangasawa nito. The idea of marriage just appealed to her all of a sudden.

"Hindi ka nalulungkot sa unit?" tanong ni Armina.

"Minsan, kapag naaalala kita. Iiwan mo na ba ang modeling?"

"Iyon ang gusto ni Vince."

"Hindi mo na naman kailangang magtrabaho dahil kayang-kaya kang bigyan ni Vince ng buhay na parang sa isang prinsesa."

"Hindi ka na talaga galit sa amin?"

"Hindi, `no! Ang pangit-pangit niya, bakit panghihinayangan ko?"

Tumawa ito. "Yabang nito. Bakit? May boyfriend ka na ba uli?"

"Wala." Kung ikokompara si Vince kay Prime, magmumukhang driver si Vince. Iyon nga lang, "guwapo" ang dating ni Vince epekto na rin ng breeding.

Pero bakit kay Prime ko pa siya naisipang ikompara? Di-hamak naman na mas guwapo ang ibang ex-boyfriend ko kaysa kay Prime.

"Gusto mong i-set up uli kita ng date? Magpapatulong ako kay Vince."

"Huwag na. Marami naman akong nakikilala everyday. Ang hihina nga lang ng mga lalaking iyon dahil mas gusto pa nilang tingnan ako kaysa tanungin ang number ko."

"Masyado ka kasing maganda. Baka iniisip nila na may nagmamay-ari na sa iyo."

"Alam ko, alam ko. Being a goddess of beauty has its own disadvantages."

Tumawa ito nang malakas. "Hindi pa rin pala nababawasan ang self-confidence mo hanggang ngayon." Ganoon kung magbiruan sila noon. Na-miss niya iyon.

"Wait a sec." Inilabas niya ang cellphone niya nang marinig niyang mag-ring iyon. Numero lang ng caller ang naka-register sa screen. "Hello?" aniya nang sagutin iyon. Baka trabaho rin iyon, sayang din kung iignorahin niya.

"Hello."

"Sino `to?" naninigurong tanong niya.

The caller chuckled. "It's Prime. Are you surprised? Hiningi ko kay Purisma ang contact number mo."

"Ano'ng kailangan mo?" mataray na tanong niya. Pagkatapos nang mahigit dalawang buwan, ngayon lang nito naisipang hingin ang number niya kay Purisma? Simula nang may mangyari sa kanila ay ngayon lang uli sila nagkaroon ng communication.

"Naisipan ko lang na kumustahin ka."

"Really? But I can tell you want something."

"Gano'n mo ba ako kakilala?" He chuckled again.

"Ano nga iyon? Sabihin mo na, may kausap pa ako."

"Alam ko."

Luminga-linga siya sa paligid. Nakikita ba siya nito?

"Nasa'n ka ba?"

"I can see you from where I am. You look lovely in a green top. It look like the same blouse you wore when we went to my place."

"Nasa'n ka ba? Ano ang sasabihin mo?"

"Sa tabi-tabi. Next time ko na lang sasabihin. Mag-usap muna kayo ng kaibigan mo. *Wi na.*"

"Wait!" Nawala na ito sa kabilang linya. Itinago niya ang cellphone niya. "Buwisit."

"Sino iyon?" tanong ni Armina.

"`Yon? Isang walang kuwentang lalaki."

"Bakit siya walang kuwenta?"

Natagpuan na lang niya ang sarili na nagkukuwento rito. "Ganito kasi iyon. Alam mo ba, ang kapal ng mukha niya. Pagkatapos naming... alam mo na, hindi man lang niya ako tinawagan. At hindi lang iyon ang nakakabuwisit sa lalaking iyon. Bago namin ginawa `yong alam mo na, panay ang bigay niya ng compliments sa akin. Kesyo ang ganda ko raw, gano'n. Eh, kilala mo naman ako, iyon ang kahinaan ko. Before I knew it, ginawa na namin iyong alam mo na."

Patangu-tango si Armina habang nagkukuwento

siya.

"Pagkatapos naming gawin iyon, expect naman ako na hindi siya magbabago. Kaso, pagkatapos na pagkatapos, wala siyang sinabi na kahit ano. Alam mo `yon? Pagkatapos niyang mag-ejaculate, nahiga na siya. Natulog. Gano'n lang! Imagine mo ``'yong tulugan ka ng lalaki pagkatapos n'yong gawin iyon?"

Pinagtaasan sila ng kilay ng mga tao sa kabilang mesa na narinig pala ang kuwento niya. Agad na tinarayan ni Armina ang mga ito. "Wala ba kayong Sex 101 noong college? Hindi n'yo pinag-aralan kung ano ang 'ejaculation'?"

"Huwag mo na nga silang pansinin," aniya rito.

"Nakakainis kasi, mga nagmamalinis."

"Ano ang tingin mo sa kanya?" tanong niya. Gusto niyang marinig ang opinyon ni Armina kay Prime.

"First, ano ba'ng name niya? Binata ba siya o baka naman married na siya?"

Hindi niya sinabi rito ang pangalan ni Prime dahil baka itsismis pa sa mga reporters ng mga taong nakakarinig sa kanila. "Binata pa siya. Ayaw pa nga raw niyang magpakasal, siya na rin ang nagsabi." Natigilan siya. Bakit ba hindi niya agad naisip iyon?

"Ano ka ba naman, Eden? Gagawin mo lang iyon, bakit do'n pa sa lalaking ayaw pang mag-asawa? Ikaw naman pala ang engot. Siyempre, since alam mo ang stand niya, iniisip niyang magkapareho kayo ng pananaw dahil pumayag kang magpa—alam mo na, sa kanya."

Tinapik niya ang noo. "One-night stand. Tanga! Ba't ba nawala iyon sa isip ko?"

"Do you like him?"

"Hindi!"

"Bakit ka naiinis sa kanya?"

"Wala lang. Dahil siguro hindi maganda `yong experience na ibinigay niya sa akin. I mean, hindi naman sa 'hindi maganda.' Ipokrita naman ako kapag sinabi kong hindi ako na-satisfy habang ginagawa namin iyon. Ewan ko. Hindi ko lang makalimutan `yong tinulugan niya ako. Sana niyakap niya ako, `tapos, bumulong siya ng sweet nothings... Hindi, ang baduy n'on at halatang binobola lang niya ako. Kahit yakap na lang, `tapos, sabay kaming natulog. Okay iyon, `di ba?"

"Pero alam mo na casual sex lang iyong mangyayari sa inyo?"

"Siguro. Oo. Wala naman kaming relasyon no'ng dinala niya ako sa unit niya. At saka..."

"At saka ano?"

"No'ng umalis ako sa unit niya, hindi ko naman iniisip na may malalim na kahulugan ang nangyari sa amin. Kung casual sex iyon sa kanya, gano'n din sa akin. Because if I want more, dapat tinanong ko siya, `di ba?"

Tumango ito. "Korek. Hindi mo dapat palampasin iyon. But since pinalampas mo, isa lang ang ibig sabihin n'on. Hindi ka naghahangad ng commitment sa kanya."

"Hindi ako nagalit sa kanya nang araw na iyon nang tulugan niya ako," pagre-recall pa niya. "Pero bakit nagagalit ako ngayon?"

"Hindi naman kaya... gusto mo na ng commitment?"

"Hindi, `no! Ayoko ngang makita ang lalaking iyon."

"Baka ayaw mo siyang makita? Dahil hindi ka niya tinawagan pagkatapos n'yong gawin iyon? Palagi ka namang ganyan. Late na bago mo ma-realize na gusto mo pala ang isang bagay. Kaya nga ang madalas mangyari kapag nagsa-shopping ka, hindi ka makagawa ng desisyon kung bibilhin mo o hindi ang isang sapatos o bag. Kapag nakauwi ka na at matutulog na lang, bigla kang magbibihis. Babalik ka sa mall para bilhin ang sapatos o bag na nakita mo."

"Gano'n ba ako? Hindi ko alam." Isinubo niya ang leche flan na nasa halo-halo niya. "So gusto ko pala siya?"

"Guwapo ba siya?"

Tumango siya. "Oo."

"Nagdududa ka pa sa sarili mo! Kahinaan mo naman talaga ang mga lalaking guwapo."

HINGA nang malalim. One, two, three, pagbibilang

ni Eden sa isip bago niya itinulak ang pinto ng office ng *Quest*. "Good morning!"

"Oh, hi, Eden! Come here," wika ni Purisma nang makita siya. Sinenyasan siya nito na lumapit sa table nito. Habang naglalakad ay ini-scan niya ang buong silid. Nakasuot siya ng shades kaya malakas ang loob niyang gawin iyon. Nakaupo si Prime sa puwesto nito. Parang biglang dinaga ang dibdib niya nang makita ito.

"Hi, beautiful!" nakangiting bati nito nang dumaan siya sa table nito.

Beautiful-beautiful ka riyan, kulang ka naman sa gawa. Ni hindi mo man lang ako tawagan! maktol niya sa isip.

Inirapan niya ito bago dumiretso sa table ni Purisma.

Mainit ang naging pagtanggap nito sa kanya at nalaman niya sa sumunod na sinabi nito kung bakit.

"Do you know our sales doubled last month?"

"The summer edition?" Ipinagkrus niya ang mga binti.

"Yup. May copy ka ba?"

"Wala. Pero nakita ko na sa NBS."

"Prime! Bigyan mo ng complimentary copy si Miss Eden."

"Okeydokey." Tumayo si Prime. Nagtungo ito sa filing cabinet at kumuha ng ilang kopya ng magazine kung saan sila ang nasa cover. Iniabot nito ang mga iyon sa kanya.

"Thanks."

"Jija."

Bumaling siya rito. "Ano?" aniya.

"Wala. Nagpapauso lang."

"Nababaliw na yata ang kapatid mo," aniya kay Purisma.

"Nagdududa nga rin ako. Ang sipag pumasok niyan these past days, eh. Nakakapanibago."

"Wu sha ni," nakangiting wika na naman ni Prime na ito lang ang nakakaintindi.

"Do you know that in a tribe somewhere in Palawan, that means 'I love you?'" pagsisinungaling niya para lang makita kung ano ang magiging reaksiyon nito.

"Really? Ang galing ko pala, may alam akong ibang lengguwahe." Ngumiti ito bago bumalik sa upuan nito.

"Huwag mo nang pansinin si Prime," wika ni Purisma.

Iyon nga ang kulang sa akin, atensiyon niya.

Sa pag-uusap nila ni Purisma ay sinabi nito na nais raw uli nitong lumabas siya sa cover ng *Quest.* This time, wala siyang kasama.

"Sasabihin ko sa manager ko para siya na lang ang makipag-usap sa inyo tungkol doon," aniya. "Tutuloy na rin ako."

Nakipagbeso-beso sa kanya si Purisma.

"*Wi na.*"

Tumawa ito. "Pareho naman pala kayo ng kapatid ko na nagpapauso ng sariling code."

Nginitian lang niya ito. Naglakad na siya patungo sa pintuan. Hinintay niyang magsalita si Prime pero nadismaya siya nang hindi niya narinig ang boses nito. Sa elevator ay hindi niya agad pinindot ang *close* button para hintayin ito pero hindi ito sumunod sa kanya.

Walanghiyang lalaking iyon. Pagkatapos kong kainin ang pride ko at magpunta rito nang walang dahilan! paghihimutok niya pagkatapos isara ang mga pinto ng elevator.

She felt like crying. But then again, if she would, that would be silly. Ikinurap-kurap na lang niya ang mga mata para huwag mamuo ang mga luha roon.

CHAPTER TEN

"DAMN! I miss him." Niyakap ni Eden nang mahigpit ang stuffed toy. Ang hirap pala kapag hindi niya boyfriend ang nami-miss niya, hindi niya ito puwedeng tawagan para sabihin na puntahan siya nito.

Kailan ba niya nagustuhan si Prime? Maaari kayang noong nasa Palawan sila? If she remembered it right, she was raging mad after she learned he "ran away" and left her in Palawan. Walang konsiyensiya ito. Gusto niyang hanapin ito at patayin dahil sa pang-iiwan nito sa kanya. And then she felt she couldn't live in that place anymore. Umisip siya ng paraan kung paano makakaalis doon.

Kahit paano ay napayapa ang loob niya nang makabalik siya sa Metro Manila. Once again, she was surrounded with the things and people she was used to. Ngunit hindi niya nakalimutan si Prime. Sumumpa siya na kapag nagkita uli sila nito, sisiguruhin niyang magkakatotoo ang sinabi niya noong nasa Palawan sila. Na kapag nagkita sila sa city ay maglalaway ito sa kanya at magmamakaawa ito na pansinin niya ito.

"Ang tanga mo, Eden. Dapat hindi mo siya pinagbigyan. `Ayan tuloy, ayaw na niya sa iyo dahil nakuha ka na niya. Dapat hinayaan mo siyang maglaway sa iyo habang-buhay hanggang sa mabaliw siya sa iyo. Pero ano'ng ginawa mo? Sinabihan ka lang niya na maganda, bumigay ka na. Tanga! Tanga!" Hinampas niya ng kamao ang ulo. Pagkatapos ay ang stuffed toy na ang binubugbog niya. "Buwisit ka! Wala kang kuwenta!"

Ibinato niya sa sahig ang stuffed toy. Nagtalukbong siya ng kumot at pumikit. Pinilit niyang matulog para mawala sa isip niya si Prime.

Pero istorbo ang cellphone niya na nagri-ring. Naiinis na bumangon siya at kinuha iyon sa bag niya. Io-off sana niya iyon ngunit hindi niya ginawa nang makita niya ang pangalang naka-register sa screen. Kung hindi ba naman siya lovesick na naghihintay sa tawag ni Prime, talagang she saved his cellphone number kahit isang beses lang siyang tinawagan nito, iyon ay noong nasa restaurant sila ni Armina.

"Hello?"

"*Jija.*"

"Bakit?" paasik na wika niya rito. Pagkatapos ay

pinagalitan niya ang sarili. Paano kung magpaalam na ito dahil sinungitan niya?

"*Wu sha ni.*"

"May kailangan ka ba?"

"Ano'ng ginagawa mo?"

"Hindi mo alam? Hindi mo ako nakikita?"

He chuckled. "Hindi, eh. Masyado kang mataas."

"Bakit? Nasa'n ka ba?"

"Nasa ibaba ng Nicolette Tower. Dito ka nakatira, right?"

"Pati address ko, kinuha mo kay Purisma?"

"Hindi. Sinilip ko lang sa computer niya. Matutulog ka na ba?"

"M-medyo."

"Baka naman puwede mo akong puntahan dito?"

"O-okay. Sandali lang."

"I'll wait here. *Wu sha ni.*" Pinutol na nito ang koneksiyon nila.

Bumaba siya ng kama, nag-aalangan. Ano ang ginagawa ni Prime sa labas? Kumuha siya ng trench coat sa closet niya para takpan ang pantulog niya. Lumabas siya ng condo unit niya at sumakay ng elevator para makababa sa ground floor. Nakita niya sa entrance ng building si Prime.

"*Wu sha ni,*" nakangising wika nito nang makita siya.

"Bakit nandito ka?" pagtataray niya.

Nagkibit-balikat ito. "`Just want to see you."

Sinenyasan niya ito na sumunod sa kanya. "Halika na."

Nagtungo sila sa elevator. Pinili niya ang twenty-first floor na lalapagan nila.

"Hindi ka ba nabuntis?" tanong nito habang naghihintay sila na bumukas ang mga pinto ng elevator.

"Gago ka ba? Bakit ako mabubuntis?"

"Nagtatanong lang. Malay mo, totoo?"

"Magwi-withdraw ka, `tapos tatanungin mo ako kung nabuntis ako..." bulong niya.

"Minsan may nakakalusot pa rin," biro nito.

Inirapan na lang niya ito. Bumukas ang pinto ng elevator.

"Mas maganda ang unit mo sa unit ko," komento nito nang makapasok sila sa condo unit niya.

"Mas bago lang ito pero gano'n din. Gusto mo ng kape?"

Hinawakan siya nito sa balikat at iniharap dito. "Ikaw ang gusto ko." Agad na inangkin nito ang mga labi niya. Wala siyang naramdaman ni katiting na pagtutol sa ginawa nito. Tumingkayad pa siya upang mas magpang-abot ang mga labi nila.

Binuksan nito ang trench coat niya at itinulak sa mga balikat niya hanggang sa mahubad iyon sa kanya.

Saglit na nagbaba ito ng tingin upang makita kung ano ang suot niya sa ilalim ng trench coat. Itinaas nito ang laylayan ng nighties na suot niya at walang pag-iingat na tinanggal iyon sa kanya. Itinaas niya ang mga kamay upang tulungan ito.

"Wala ka nang ibang suot?" Nagpalinga-linga ito. "Saan ang kuwarto mo?"

"Kahit saan. Wala akong kasama rito."

"Good."

He swept her off her feet, literally. Dinala siya nito sa isa sa mga silid. Tama ito ng pinili dahil iyon ang ginagamit niyang silid. Ibinaba siya nito sa kama. Tinanggal muna nito ang jacket nito bago siya sinamahan doon.

"Bakit sabon na ginagawa ng mga tagatribu pa rin ang ginagamit mo?" tanong nito habang nakabaon ang mukha sa leeg niya. "Alam mo bang sa tuwing nakakaamoy ako ng gata ng niyog, para akong mababaliw dahil ikaw ang naaalala ko?"

"Nagbaon ako ng isang supot ng sabon nang bumalik ako rito. Sayang naman kung hindi ko gagamitin, `di ba?" Kinalas niya ang mga butones ng jeans nito. Dahan-dahang ibinaba niya ang zipper ng jeans nito dahil natatakot siya na baka masaktan niya ito. He already had a "big bulge" down there.

"Not in a hurry, huh? I am." Ito na ang nagbaba

nang tuluyan sa zipper. He released his "big bulge," gripped her thighs and drove himself deep inside her. Napakapit siya sa mga balikat nito at tinawag ang pangalan nito. "*Wu sha ni*, Eden," she heard him say as he thrust back and forth, in and out.

EDEN watched as Prime rolled on his back after they made love. Pumikit ito nang sampung segundo at naghabol ng hininga, bago tumagilid ng higa paharap sa kanya. Nakangiting ipinatong nito ang kamay sa hita niya. Nakatingin lang siya rito habang hindi makapaniwalang nagpunta ito sa condo unit niya sa dahilang iyon—for another one-night stand.

"What?" tanong nito nang mapansin na wala siyang kakurap-kurap.

Umiling siya. "Wala."

Tumitig siya sa mukha nito. He was the man who left her in a place so remote it was not even on the map of Palawan. He was the same man who said he had no plans of getting married because he had dreams to pursue. He was the man who, after possessing her body and heart, didn't bother to call her up or see her for more than two months. What was she doing, loving him? Was she insane?

Umikot siya ng higa paharap sa pader.

"Ano'ng ginagawa mo?" sita ni Prime sa kanya. "Walang talikuran. Iyan ang maaari mong gawin sa isang lalaki para saktan ang damdamin niya."

Bumangon siya at naupo sa ibabaw ng kama. "Ikaw rin naman, ah!" asik niya rito. "Tinulugan mo ako noon, `tapos ayaw mo na tatalikuran kita?"

"Kailan? Hindi kita tinulugan. Nag-iisip ako pero hindi ako natulog." Kahit galit siya ay nakangiti pa rin ito.

"Huwag ka nang magsinungaling," angil niya. "Aalis ka na ba? Ihahatid na kita." Ibinaba niya sa sahig ang mga paa. Pero bago pa sumayad ang talampakan niya roon ay hinila na siya ni Prime pabalik sa higaan.

"Huwag mo akong paaalisin kung ayaw mong magkaroon ng giyera dito. Dito ako matutulog."

"Inimbita ba kita?"

"Inimbitahan ko ang sarili ko. Umayos ka ng higa." Humiga siya nang maayos. Nang subukan niyang tumalikod dito ay hinatak siya nito hanggang sa magkadikit na ang mga noo at mga tuhod nila. "Umuwi ka na sa inyo, Prime."

"Bakit ka umiiyak?"

"Hindi ako umiiyak."

"May luha, eh. O." Pinahid nito ang bridge ng ilong niya kung saan naglandas ang mga luha buhat sa mga mata niya. "Huwag ka nang magalit sa akin. Parusahan mo na lang ako, huwag ka lang iiyak. Ano? Ano ba'ng ginawa ko? Ayaw mo ba talaga na dito ako matulog? Sabihin mo lang, aalis na ako."

Sumiksik siya rito at niyakap ito. Ang gulo talaga ng utak niya. Galit siya rito pero gusto pa rin naman niya ito. Hindi ba puwedeng magkaroon ng rules ang mga puso na mga perpektong lalaki lang ang dapat mahalin? Hindi mga lalaking tulad ni Prime na kahit hindi sinasadya ay may tendency na makasakit ng damdamin ng mga babae. Because he was so easy to love but he was not willing to give all of himself to anyone.

Kinintalan nito ng halik ang noo niya. "*Wu sha ni,* Eden."

"*Wu sha ni* ka ng *wu sha ni* riyan."

"It means, in my own vocabulary of words, 'I love you.'"

"Yeah, yeah." Lumunok siya. "Totoo?"

"Uh-huh."

"'Yong '*jija*'? Ano'ng ibig sabihin n'on?"

He chuckled. "'Yon ang hindi ko pa nabibigyan ng kahulugan."

"*Wu sha ni* mo talaga ako?"

"*Wu sha ni.*" Inabot ng mga labi nito ang mga labi niya. "Are you up for marriage, Eden?" tanong nito habang nakapikit ang mga mata. Magkadikit pa rin ang mga labi nila bagama't hindi na siya nito hinahalikan.

"Huh?"

"I want to marry you. Will you accept me as your husband?"

"Seryoso ka ba?"

"I am. You made me plan plans. Wala pa sa isip ko ang pag-aasawa. Pero nag-iba lahat nang dumating ka." Nakapikit pa rin ito. "I was the self-absorbed kind of man. Hindi ko hinahayaang makapasok ang ibang tao sa buhay ko. That is why I had a lot of flings before, but I never had a girlfriend."

"As in zero?"

"Zero. *Zilch.* I was happier to have my bike for company than a girlfriend. I don't want Purisma to impose changes in *Quest.* Hindi pala dahil sa prinsipyo, kundi dahil pakiramdam ko, pag-aari ko ang *Quest* at hindi ito puwedeng baguhin at galawin ng kahit sino. Ang mga pangarap ko, puro pansarili lang. Walang wife, babies, those things that will make a man complete.

"Kailan ko napag-isip-isip na hindi ako makokompleto kahit matupad ko pa ang pangarap ko? In-imagine ko ang sarili ko kapag sixty or seventy years old na ako. Nakita kong dinalaw ako ng cast ng *Queer Eye For the Straight Guy* sa bahay ko."

"Ano'ng kinalaman ng *Queer Eye* dito? Niloloko mo lang yata ako."

"Hindi. Makinig ka kasi muna. Si John Howard ang idol ko. But many people think he deserves a visit from the cast of *Queer Eye.* Namumuhay kasi siya na parang ermitanyo. Naisip ko na magiging ganoon din ako balang-araw dahil walang asawa na bibili ng mga damit ko. Walang mag-i-inspire sa akin na mag-shave para maging guwapo ako sa paningin niya. Nakukuha mo na ba ang gusto kong sabihin?"

"Medyo."

"Ang bottom line, lahat ng tao ay kailangan ng makakasama. Hindi puwedeng palaging nakasara ang mundo ko sa ibang tao. Hindi ko iyon pinlanong buksan sa ibang tao. Ikaw ang nagbukas ng pinto n'on at pumasok ka nang walang permiso ko. Pero ngayon, ibinibigay ko na sa iyo ang permiso, pati susi."

"Ngayon mo lang ba nalaman na mahal mo ako?"

"Hindi. Bago pa ako magpunta rito, bago ka pa magpunta sa office ng *Quest* para magpapansin sa akin—"

"Hoy! Hindi ako—" Tinakpan nito ng kamay nito ang bibig niya nang tumutol siya sa sinabi nito.

"Bago pa kita makita sa restaurant kasama ang kaibigan mo. Nasa parking lot ako," patuloy nito.

Tinanggal niya ang kamay nitong nakatakip sa bibig niya. "Matagal mo na pala akong mahal, bakit hindi mo sinasabi sa akin?"

"Kinailangan ko ng breathing space. This is not a joke. But once I learned I was in love, it was like a blow in the head. I trained myself for long years and yet, I was not ready for that blow. Nabigla ako. I needed time to sort out everything, to adjust. Nagbago kasi lahat nang dumating ka, tulad ng sinabi ko kanina."

"Sana sinabi mo na lang agad sa akin, `tapos

pinaghintay mo ako. Willing naman akong maghintay hanggang sa makapag-adjust ka."

"Bakit? *Wu sha ni* mo rin ako?"

"*Ei resdiku.*"

"*Ei resdiku,*" ulit nito. "Different, but still sounds like 'I love you.'"

"It is 'I love you.' One of the first lines Armina taught me."

"Sabi ko na nga ba. *Resdiku suyu i ju.*"

"Ano iyon?" clueless na tanong niya.

"'I want to make love to you again.'"

Umiling-iling siya habang tumatawa. "*Nu, nu, nu!*" "*Yi, yi, yi, yi!*" Hinaklit nito ang kumot at itinalukbong iyon sa kanila. "*Yi, yi, yi, yi!*"

You want to know more about the gorgeous Carr Mendez? Watch out for his own story, **The Well-Off Six Feet Male Challenge.** *Wi na. :)*